நீலகேசி

சிவசங்கர்.எஸ்.ஜே

நீலம்

நீலம்

நீலகேசி (ஆய்வுப் புனைவு)

ஆசிரியர் : சிவசங்கர்.எஸ்.ஜே

முதற்பதிப்பு : அக்டோபர் 2023

நீலம் பப்ளிகேஷன்ஸ்,
முதல் தளம், திரு காம்ப்ளக்ஸ்,
மிடில்டன் தெரு, எழும்பூர், சென்னை - 600008.

அட்டை & நூல் வடிவமைப்பு : நெகிழன்

விலை ரூ.130

NEELAKESI

Author : Sivasankar.S.J
First Edition : October 2023

Published by : NEELAM PUBLICATIONS,
1st floor, Thiru Complex, Middleton street,
Egmore, Chennai - 600008.

Printed at Sudarsan Graphics Pvt. Ltd., Chennai - 600041.

Email : editor@neelampublications.com
Mobile : +91 98945 25815

INR : 130
ISBN : 978-93-94591-61-5

Neelam Monthly Magazine & Subscription - www.theneelam.com
Neelam Online Store - www.neelambooks.com

கேத்தல் சாயிப்பின் கரங்களாய்
எனை அரவணைத்துக்கொள்ளும்
அண்ணன் ஜெயமோகனின் அன்புக்கு...

Art by : sivasankar.s.j

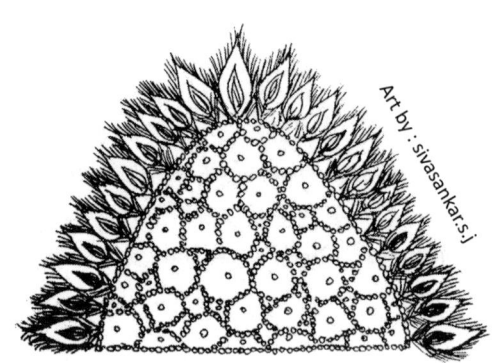

அடைமழை

நீல வெளிச்சம்... நீலமென்றால் பொன் நீலம் அல்ல... பொன் உலோகத் தன்மை கொண்டது... இது அதுபோலல்ல... ஒரு மினுக்கம்... தங்கத்தைப் போல் இறுகிய திடத்தன்மையில்லை... ஒழுகி நெகிழ்ந்து படரும் நீலம்... பட்டு நீலம்... அதேதான் பட்டு நீலம்... கண் முழுதும் நிறைத்துத் ததும்பும் நீலொளி... கடலா? வானா? எங்கிருக்கிறேன்... நான்...?

அனாதைமையின் இருளில் அவ்வப்போது படரும் வெளிச்சங்கள். தீராத்தனிமை. எத்தனை பேர் சுற்றி இருந்தும் தீராத தனிமை. அருந்த அருந்த அடங்காத தாகத்தைப் போல. உலகம் ஐந்து வயதுக்குள் தன்னை என்னிடம் வெளிப்படுத்திக்கொண்டது. மனிதர்களை நம்பியும் வெறுத்தும் அடுத்தும் விடுத்தும் நெருங்கியும் வெளியேறியும் தீராத தனிமை. யாரோடும் பகையுமில்லை யாரோடும் உறவுமில்லை எனத் தெளிகையில் என் பார்வையின் உயரம் ஐந்தடியாகயிருந்தது. என்னவாகயிருக்கிறேன் என்னவாகப் போகிறேன் எதுவும் தீர்மானித்துக் கொள்ளவில்லை. நான் உருவான நேரத்தில், என்னோடு உருவான, எனக்காக உருவான,

என்னைச் சுற்றிலும் இருந்த இயற்கையின் பெரும் வெளியை இறுதியாகப் புரிந்துகொள்ளத் தொடங்கியபோது எனது கால்கள் அரையடி வளர்ந்திருந்தன. எனக்கெப்போதும் பயமோ பீதியோ இருந்ததில்லை. எந்த நொடியில் என்ன நடக்கும் என்பது அந்த நொடியின் முன்னே என் உள்ளுணர்வு சொல்லிவிடும். தெய்வ சக்தியோ அதீத விதியோ அல்ல. விருந்தினரை முன்சொல்லும் காக்கைகள் மனிதர்களை விட புத்திக்கூர்மை கொண்டவை என்பதை அறிவேன். அறிவதால் நம்புகிறேன். மூடநம்பிக்கையெனக் கல்வி சொல்லித்தந்த பலதும் இயற்கை அறிவின் இயற்கையை அறிதலின் கூறுகள் என அறிந்துகொண்டேன். அவை மரபின் பிள்ளைகள். நான் அந்த நீண்ட மரபின் மகன்.

கடந்த மாதம் முழுக்க இந்த நீல வெளிச்சம் என்னைத் தொடர்கிறது. ஒருவேளை காமம் முற்றி வெளியில் பரவுகிறதா என ஒரு கணம் திடுக்கிட்டேன். இது வேறு வெளிச்சம். காமத்தின் நீலம் புகையைப் போன்றது. அதை என்னால் இனங்காண முடியும். இது பட்டு நீலம்.

சிறுபருவத்தில் நான் எனக்குள் நேடிக்கொண்ட தனிமைக்கும் வளர்பருவத்தில் சுற்றம் எனக்குள் விதைத்தத் தனிமைக்கும் தூரங்கள் அதிகம். ஆதிக்குழுவொன்றின் அங்கமான என்னை அதினின்றும் பிரித்துத் தனித்த உலகங்களுக்குள் செலுத்திய காலத்தின் வன்மம் தவிர்க்கவியலாதது. வேர்களுக்குள் திரும்பிச் செல்வது, நீரோட்டத்தில் கலப்பது. இரண்டில் எதையேனும் ஒன்றை எங்களால் தேர்ந்தெடுக்க முடியாது. ஒரே நேரத்தில் இரண்டு தெப்பங்களில் பயணம். என்னைப் போன்றவனுக்கோ தெப்பமே இல்லை. கிடைக்கும் கட்டைகளைக் கைப்பற்றியே பயணங்கள். கண்களைத் திறந்த அந்தக் கல்விக்கூடத்திற்கும் வெவ்வேறு உலகங்களைத் தரிசிக்கச் செய்த புத்தகங்களுக்கும் என் வணக்கங்கள். நான் வெவ்வேறு உலகங்களின் வெவ்வேறு மனிதர்களோடு வெவ்வேறு நதிகளில் நீந்திக்கொண்டேயிருந்தேன். என் பாட்டனும் அப்பனும் பார்க்காத நதிகள்.

மடத்தின் மதப் பிரசங்கங்கள் என் கவனக்குவிப்புக்கு, எனக்குப் பரிச்சயமில்லாத அமைதிக்கும் ஒழுங்குக்கும் என்னை நகர்த்தினதைத் தவிர என் ஆவிக்குள் எந்தத் தரிசனங்களையும் எழுப்பவில்லை. பிரசங்கங்களை விட பாடல்களையும் இசையையும் நேசித்தேன். மடத்தின் கல்கட்டடம், அங்கிருந்த அலங்கார மரங்கள், வண்ணச் செடிகள், குறிப்பிட்ட நேர பிரார்த்தனைகள், உணவு வேளைகள், பாடவேளைகள், போதனைகள்... என்

உடல்மொழியை மாற்றியமைத்தன. சீரான சிந்தனைப் போக்குக்குள் என் பதின்ம வயதில் வந்து சேர்ந்தேன். மனிதர்களின் புனிதங்களும் கீழ்மைகளும் அதற்குள் அறிமுகமாகியிருந்தன. அண்டத்தையே நேசிக்கும் ஆற்றல் மனிதனுக்குள்ளே இருந்தாலும் அவன் அருகிலிருப்பவனை ஏதோவொரு நிமிடத்தில் வெறுத்துவிடுவான். மனிதனின் சாராம்சம் வெறுப்புதான் எனச் சில நேரங்களில் தோன்றியிருக்கிறது. அந்தப் பொழுதுகளில் என்னைச் சுற்றியிருந்தவர்களின் அலைவரிசை அத்தகையதாக இருந்திருக்கும். பரிவும்கூட சில வேளைகளில் வெறுப்பின் கரங்களைக் காட்டிலும் வலிமையாய் கழுத்தை நெரிப்பதைக் கண்டிருக்கிறேன். நான் சமநிலையை அடைய நெடுநாட்களானது.

மடத்தின் மணியோசைகள் என்னை ஓர் உளவியல் பரிசோதனை விலங்காக மாற்றியிருந்தது. முதன்முதலில் அந்த ஓசை கேட்டபோது உடல் ஒருமுறை அதிர்ந்தது. போகப்போக என் உடலின்,மனத்தின் மொழிகள் அந்த மணியோசையின் அலகுகளுக்கு ஏற்ப வடிவப்பட்டுக் கொண்டேயிருந்தன. நாட்கள் செல்லச் செல்ல மணியோசையின் கதிக்கேற்ப என் உடல் பழகி மனத்தை மணியிசைப் பிரதிபலிப்பதாக உணர ஆரம்பித்தேன். ஒழுங்குகள் என்னைப் பிசைத்துக் களிமண்ணாக ஆக்கி வைத்திருந்தன. உரக்கச் சிரித்துப் பழக்கப்பட்டிருந்த என் உதடுகளுக்குக் கோமகன்களின் சிறு முறுவலை ஒத்த மென்னகை கற்றுக்கொடுக்கப்பட்டிருந்தது. இதையெல்லாம் புரிந்துகொள்ளும் வயது இல்லையென்றாலும் என்னால் ஏதோவொரு லயக்குறைவை உணர முடிந்தது. வழக்கம்போல் என் படிக்கட்டுகளை நாடினேன்.

மடத்தின் கட்டுப்பாடு நேரடியானதல்ல, அது ஒட்டுமொத்தமாய் குணாம்சத்தில் நிகழும் மாயம். நீங்கள் எத்தனை கூர்மையாய் இருந்தாலும் உங்களை அதன் ஓட்டத்திற்கு இழுத்துவிடும் சுழற்சி. என்னதான் இருந்தாலும் இந்த ஓட்டமே என் சிந்தனைகளை வெளிப்படுத்தும் மொழியமைதியைக் கொடுத்தது. சபைகளில் என் இருப்பை ஒலிக்கச் செய்தது. நவநாகரிகப் பரிமாற்றங்களைக் கற்றுத் தந்தது. உடையணியும் பாங்கைப் பேணியது. என்னைச் சமூக மனிதனாக்கி அதில் நிகழ்ந்த, நிகழும் காரிய காரணங்களில் கருத்தியல் பார்வையைச் செலுத்தச் செய்தது. ஏதுமற்ற ஒருவனிலிருந்து ஏதோவொன்றை உருவாக்கியது, எந்தப் பிரதிபலனும் இல்லாமல். எனக்கொரு தனிக்குரலைத் தத்துத் தந்தது. எல்லாவற்றிற்கும் மேலாக, இவற்றிற்கு நன்றியைக் கட்டாயப்படுத்தாது கவனித்துக்கொண்டது.

எனினும் நான் விலையாய்க் கொடுத்தது என் மரபான ஒழுங்கின்மை. அதன் கட்டுக்கடங்காத சுதந்திரம். அதன் பீறிடும் கூவல், அந்தப் பிரபஞ்ச விடுதலைக் குரல்.

ஏக்கம் என்பதன் அர்த்தத்தை மொழியில் மட்டுமே அறிந்திருப்பவர்களுக்கு இதை விளங்கிக்கொள்ள இயலாது. அழகிய அறை, மடிப்புக் கலையாத உடை, சுவை கூடிய உணவு, இதமான சூழல் இருந்தும் மனம் நிரம்பாத ஒரு குறை ஓரத்தில். ஓரத்திலிருந்து பின் மெல்லப் பரவி முழுதும் நிரப்பி துயரத்தின் ஆழத்தில் ஆழ்த்தி, சுற்றுப்புற உணர்வுப் பிரவாகத்தைத் துயரால் நிறைக்கும். கொண்டாட்டங்களோ துடியான ஆட்டம்பாட்டங்களோ நிகழும் பொழுதுகளிலெல்லாம் இந்த ஓரத்து ஏக்கம் அதை விழுங்கித் தின்றே அடங்கும். உறவுகள், வீடு, நட்புகள் இப்படித் தனியே வரையறுத்துச் சொல்ல முடியாத ஏக்கமது. வெகு மெல்லிய நினைவுகளே படிந்திருந்ததால் அனுபவத் தொகுப்புகள் என ஏதுமில்லை. அம்மா எனும் ஒற்றைச் சொல் கூடப் போதும் ஏக்கங்களின் பள்ளத்தாக்கில் அன்று முழுக்க வீழ்ந்துகிடக்க. கண்கள் மட்டுமின்றி மொத்த உடலும் வெளிப்படுத்தும் அந்த ஏக்கம் மடத்தின் சுவர்களில் படிந்து அதற்கொரு பாசி நிறத்தை அளித்திருந்தது.

அம்மாக்கள் இறந்தபிறகே மகன்கள் பருவத்துக்கு வருகிறார்கள். அதுவரை அவர்கள் குழந்தைகள்தான் எத்தனை வயதாகியிருந்தாலும். திடீரென எல்லோரும் நம்மைக் கைவிட்டு ஒற்றைப்படுத்தி சொல்லாமல் கொள்ளாமல் வெளியேறிவிட்டதுபோல் சுற்றிலும் சூழும் இருட்டு. நம்மின் ஒரு பகுதியான அம்மா எங்கோ இருக்கிறாள் என்ற எண்ணமே மகன்களுக்கு அதுவரையில் அடைகாக்கும் கதகதப்பைக் கொடுத்திருக்கும். அம்மாக்கள் இறந்தவுடன் அந்த இதமான சூடு நிரந்தரமாக மகன்களிடமிருந்து போய்விடுகிறது. பிறகு தாய்ப்பாலின் ஓட்டம் எஞ்சுகிறது. அம்மா போனபிறகு நான் குளக்கரை படிகளிலேயே நாள் முழுக்க இருந்தேன். படிக்கட்டுகளையே தூக்கிச் சுமந்தேன். அப்பாவுக்கு அந்தச் சூட்டின் சிறு அலகைக் கூட கொடுக்கும் சூட்சமம் தெரியாது.

அனாதிநிலை எப்போதும் எதையாவது பற்றிக்கொள்ள நினைக்கிறது. சட்டகங்கள் மாறிக்கொண்டேயிருந்தன. ஆட்களும். மாறாமல் நிலைகொண்டது புத்தகங்கள். கல்விக்கூடங்களுக்குச் சென்று மடத்துக்குத் திரும்பும்போதெல்லாம் கிளரும் தனிமையின் பக்கங்களைப் புரட்டிக்கொள்வேன். மிகச் சிறுவயதில் ஞாபகங்களின் தொடக்கக் காலத்தில்

அம்மாவோடு நான் அமர்ந்திருக்கும் குளக்கரைப் படிக்கட்டுகளாய் நான் அப்போது அமர்ந்திருக்கும் இடம் உருமாறும். நான் கால்களை அளைந்துகொண்டே குளத்தோடு பேசி தனிமைத் தீர்ப்பேன். கல்லூரிக் காலத்தில் என் சான்றிதழ் வழி என்னைப் புரிந்துகொண்ட உடன் பயின்றவர்கள் மீண்டும் மீண்டும் என் குளக்கரைப் படிக்கட்டுகளில் என்னைத் தள்ளிவிட்டனர். இப்போதைய தருணம்வரை நான் என் படிக்கட்டுகளைச் சுமந்து திரிவது கனக்கிறது. பள்ளிக்காலத்தில் அப்பன் ஒருமுறை எனைக் காண வந்தபோதிலிருந்து கேலிகள் தொடங்கின. உடையும் என் அறிவைச் சுமந்த பைகளுமே கேலிகளாயின. எங்கும் ஓடமுடியாத ஒளிய முடியாத மைதானங்கள்... நான் அதில்தான் விளையாடப் பயின்றேன். எதிர்கொள்ளக் கற்றேன். மலைகளிலும் காடுகளிலும் என் பாட்டிகளின் பாட்டன்களின் தரித்தல் எனக்குள்ளிருந்து வெளிவந்தது.

வேட்டைப்பட்டிகள் என்னில் அவ்வப்போது குரைத்தடங்கும். கடும் கட்டுப்பாட்டுடன் அவற்றைக் கட்டி வைத்தேன். பிரயாசைகளின்போது என் குளக்கரை என்னை ஆற்றுப்படுத்தும். மைதானங்களில் வெறும் எதிரணிகள் மட்டும் இல்லை. என்னை எனக்காகச் சினேகிக்கும் சக பிரயாணிகள் தோன்றி மறைந்தார்கள். வழிகாட்டிகள் முன்னோட்டு வழிநடத்தினர். கைகொடுத்துக் கட்டியணைத்துக் கொம்புத்தேனடைகளை அடைய மச்சம்பிகள் பலரும் கூட நின்றார்கள். எங்கள் அன்பால் பிழிந்து தேனெடுத்தேன். துறையின் மூப்பன்கள் காட்டு நெல்லிகளாய் முன்னே கசந்து பின்னே இனிப்பூட்டினார்கள். நான் வனத்தின் பெருமரமாய் வளர்ந்து நின்றேன். இப்போதும் என் குளக்கரை என்னோடு இருக்கிறது.

கற்றறிதல் என்பது ஒன்றை முழுதும் அறிவதால் சாத்தியமா? ஒன்றை முழுதும் அறிதல் சாத்தியமா? எங்களைப் போன்ற பூர்வ வாசிகள் மரத்தையோ மண்ணையோ கல்லையோ ஒருபோதும் கற்றறிவதில்லை. அதன் பெயர்கள், அதன் குடும்பம், அதன் வகை, அதன் உயரம், தடிமன், பயன்கள் எனப் பிரித்தறிவதில்லை. மரத்தை அறிவதென்பது எங்களைப் பொறுத்தவரை மொத்தமாக அதை உணர்வது. அதோடு பேசுவது, அதைத் தொட்டுணர்வது, அதைப் புரிந்துகொள்வது. நான் என் கல்வியையும் இப்படித்தான் புரிந்துகொண்டேன். என் அப்பன் எங்கள் வீட்டு முற்றத்திலிருந்த மரத்தோடு வைத்திருந்த உறவை நான் என் பாடங்களோடு வைத்துக்கொண்டேன். கொடும்காற்றில் அந்த மரம் முறிந்து விழுந்த ஏழாம் நாள் என் அப்பன் மரித்ததை யாருக்கும் என்னால் விளங்க வைக்க

முடியாது. ஆய்வு முறையியல்கள், வழிகாட்டும் நெறிமுறைகள் எல்லாம் கற்றுத் தேர்ந்த பின்னும் இந்தக் கற்றலில் ஏதோவொன்று குறைகிறதைப் புரிந்துகொண்டேன். அது என் தகப்பனோடு அந்த முற்றத்து மரம் பேசும் தருணம்.

எனக்கெனக் கதாநாயக இலட்சியங்கள் எதையும் வரித்துக்கொள்ளவில்லை. அதன் வழிமுறைகள் எனக்கு ஒவ்வவில்லை. நான் அதற்குத் தோதானவனும் அல்ல. என் படிப்பை எனது வாழ்வாதாரங்களுக்கு மட்டுமன்றி வாழ்வுக்கும் பயன்பட விழைந்தேன். உலகெங்கும் பழங்குடிகள் வேர்களுக்குத் திரும்புதல் எனும் குரலை எழுப்பத் தொடங்கிய காலத்தில் நான் வேர்களைப் பதப்படுத்தலைத் திட்டமிட்டேன். மேற்பரப்பிலும் நிற்க வேண்டும் வேர்களுக்குள்ளும் பயணிக்க வேண்டும் என்பது உலகளாவிய சிக்கல். நான் இதை இயல்பாக எதிர்கொண்டேன். மேற்பரப்புக்குள் வேர்களைத் தூவுவது. தனித்த ஆய்வு முறையியலைக் கைகொண்டேன். ஆனாலும் அந்த ஆவணங்களில் பலதும் எனக்குத் திருப்தியில்லை. இன்னும் அடர்த்தியாக ஒன்றை நான் தேட வேண்டும். என் வேருக்குள் ஒருமுறையாவது ஊடுருவ வேண்டும். என் ஆழத்தைப் பதிவு செய்ய வேண்டும். என்னவர்கள் அறியாத எழுத்துச் சித்திரங்களில் அவர்களின் கதையை நான் என்றென்றைக்கும் பொறித்து வைக்க வேண்டும். ஒருசில வருடங்களில் முற்றிலும் என் மக்கள் நீக்கப்பட்ட கதைகள் உருவாகலாம். அதிகாரமற்ற மக்களின் கதைகள் அழிந்து போன நிகழ்வை வரலாறு சொல்கிறது. எப்படியும் இன்னுமோர் அரை நூற்றாண்டில் காணாமல் போகப்போகும் என் மனிதர்களின் கதையை மொழிக்குள் ஒளித்து வைக்க வேண்டும். அந்த வேரிலிருந்து உருவான ஒருவன் பிறகெப்போதோ வருவான். அவன் மூதையின் கதையை அதன் ஆன்மாவை உணர்ந்துகொள்வான். அதற்கானக் குறிப்புகளைப் பதிவு செய்ய வேண்டும். வெறுப்பை விதைக்காத என் பாட்டன்களின் பாதையில் எங்கள் நதியில் தெப்பம் மிதக்கும். ஒளிரும் தீபங்களோடு...

ஆனால், எதை எழுத? எதை விடுக்க? அறிந்த எல்லாவற்றையும் பதிந்து வைத்தால் போதுமா? அது என்னால் முடியுமா? எனக்குள் மீண்டும் அந்தத் தீராத்தனிமை புகுந்துகொண்டது.

என் பூர்வ நிலத்தின் என் அம்மையோடு நான் அமர்ந்திருந்த வீட்டுத் திண்ணை, நீந்திக் களித்த குளம், அவள் கைபிடித்து நான் நடந்து போன தெருக்கள், அவளோடு கண்ணடைத்துக் கும்பிட்டு நின்ற கோயில்கள்

விழித்திரையின் முன்னே மேடையின் திரைகள் போல ஒவ்வொன்றாய் காட்சிகள் இடமிருந்து வலம், வலமிருந்து இடம், கீழிருந்து மேல் என மாறி மாறிப் போனது. பால்யத்தின் நிறமும் மணமும் கொண்ட காட்சிகள்... சந்தன மணம், குங்கும நிறம், எண்ணெய்யில் திரி கரிந்த வாசம், கற்பூரம் அணையும்போது கிளம்பும் புகையின் சுகந்தம் எல்லாம் நினைவில் கசிந்து மேலெழுகின்றன. கல்விளக்குகளின் கரிய நிறம். குருத்தோலையின் இளம் பச்சை. நிறைநாழி முன் வைக்கப்பட்ட அவலும் பழமும். சிவப்பும் நீலமுமான பட்டு அலங்காரங்கள். நான் இந்தப் புலன்களால் அறிந்த, உணர்ந்த யாதொன்றையும் எழுதப்போவதில்லை. என் நோக்கம் தெளிவானது. ஆவணப்படுத்தல். எங்கள் மூப்பனும் பிலாத்தியும் தரும் தேன் தடவிய கசப்புக் குளிகைகளை ஒத்த ஓர் ஆவணப்படுத்தல். ஒருவேளை என் கவனம் சிதறி என் புலன்களின் பாதையில் செல்வேனாயின் அது என் அப்பனுக்கு நான் கொடுத்த வாக்கைக் கடலில் கலந்ததுக்குச் சமம். எம் குலங்களின் கதைகள், எம் பெண்களின் கதைகள் ஏராளம். எல்லாம் ஏடேற இனியும் யுகங்கள் ஆகும். நான் துயருக்குள் ஆழ்கிறேன். அம்மா இப்போது படிமமாய் என்னுள் நிறைகிறாள். என் அம்மா அல்ல அது. இன்னும் பெரிய அம்மா. மூத்த முதிர்ந்த அம்மா. எங்கள் குலத்தின் அம்மா.

பருவ மழையில் தெப்பக்குளம் பச்சை நிறத்தில் விளிம்புவரை அலைகள் நிரம்பித் ததும்பியது. கரையோரம் இருந்த எப்போதோ பாதி இடிந்துபோன பாசி படர்ந்த கட்டைச்சுவரில் வழமைபோல் அமர்ந்திருக்கிறேன். மறையத்தொடங்கும் அந்திச் சூரியன் குளத்தின் மேற்பரப்பில் தன் ஒளிலீலைகளை நடத்திக்கொண்டிருக்கிறது. நூறாண்டு வயதுகொண்ட ஒரு குரல் குளத்தின் ஆழத்திலிருந்து மேலெழுந்து கரை நோக்கி நகர்ந்தது... "எனிக்கொரு சரித்ரம் இல்லையோடா பொன்னுமோனே..." என் பின்கழுத்தில் வேர்வைத் துளிகள் துளிர்த்தன. நான் பார்த்துக்கொண்டிருக்கும்போதே நடுக்குளத்திலிருந்து நீல நிறத்தில் ஓர் உருவம் மிதந்து வெளிவந்தது. சற்றுப் பொறுத்து மற்றொன்று சிறு இடைவெளிவிட்டு மற்றொன்று. மூன்று மர உருவங்கள். தலைமுடி நீல நிறத்தில். நீல கேசம்... நீலகேசி..."இட்டகவேலி அம்மா" அலறியபடி கண்விழித்தேன்.

ஏழாம் நாள்

விஜயன் அண்ணனும் ஸ்ரீகாந்தும் அதிகாலையிலேயே வந்துவிட்டனர். குளிரைப் பொருட்படுத்தாமல் நானும் குளித்துத் தயாராகியிருந்தேன். பத்து நாட்கள் விழா என்றாலும், நாங்கள் காணத் திட்டமிட்டிருந்தது ஒன்றாம் நாள், ஏழாம் நாள், ஒன்பதாம் நாள், வாய்ப்பிருந்தால் பத்தாவது நாள். விஜயன் அண்ணனுக்கு இந்தக் கொடைவிழா சம்பவங்களை ஆவணப்படுத்த வேண்டும் என்ற ஆசை. இன்று ஏழாம் நாள். முதல் இரண்டு நாட்கள் யாருக்கும் வர இயலவில்லை. முதல் நாள் போய் வந்ததை நான் எழுத்தாக்கம் செய்திருந்தேன். இடையில் அண்ணன் வர இயலாத நாட்களிலும் அதற்கு முன்னும் பின்னும் நான் தனியேவும் ஸ்ரீகாந்தோடும் சென்று செய்த கள ஆய்வுகள், கேட்ட கதைகள், நேர்கண்ட பேட்டிகள், பழைய வயசாளிகள் சொன்ன வெவ்வேறு கதை வடிவங்கள். எல்லாம் நாள்முழுக்க உரையாட போதுமானவை.

ஸ்ரீகாந்த் ஜே.என்.யூவில் மானுடவியல் படித்துக்கொண்டிருக்கும் தம்பி. விஜயன் அண்ணனின் அணுக்க மாணவர் ஓரிருமுறை கூட்டங்களில் சந்தித்ததில் உருவான அறிமுகம். நாட்டார் வழக்காற்றியலில் முனைவர் பட்டத்திற்கான ஆய்வு செய்யலாமா என்று தடுமாறிக் கொண்டிருப்பவன். சந்தித்த முதல் நாளிலிருந்து சேட்டா என்று என்னோடு நெருங்கிக்கொண்டவன்.

அன்று நல்ல சீதோஷ்ணம். சுந்தரம் சாரின் கார் சாலையில் போய்க்கொண்டிருந்தது.

"இது கொலையுண்ட தெய்வமா? இந்தக் கோயிலைப் பற்றி ஏதேனும் தொன்மக் கதைகள் உண்டா?" ஸ்ரீகாந்த் விஜயன் அண்ணனின் நடையில் கதையைக் கேட்க விரும்பினான்.

விஜயன் அண்ணன் முன் சீட்டிலிருந்து தலையைத் திருப்பி "ஏன் இடையில வந்திருந்தியே மது சொல்லித் தரலியா" என்று சிரித்துக்கொண்டே விட்ட இடத்திலிருந்து தொடங்குவதுபோல் ஸ்ரீகாந்துக்குச் சொல்லத் தொடங்கினார்.

"இன்னைக்கு எழுநூறு வருஷங்களுக்கு முன்னால இந்த இட்டகவேலியைச் சுற்றி அதிகாரம் செலுத்தின நாயர் தரவாடுகள் ஓணம்பள்ளி, பனங்கோடு, குறுவேலி, பெரும்மானின்னு சிலது இருந்தது. தரவாடிகள் அதிகாரமும் அநியாயமும் கொடூரமானது. பெரும்பான்மையா இருந்த நாடாரும், புலையரும், சாம்பவரும், காணிக்காரர்களும் ஏன் மத்த நாயர்களுமே இந்தத் தரவாட்டு நாயர்களால பல துன்பங்களை அனுபவிச்சிருக்காங்க. திருவிதாங்கூர் சமஸ்தானத்தில அன்னைக்கு நிலுவையில இருந்த எல்லா ஒடுக்குமுறையையும் இவங்களும் கடைபிடிச்சாங்க. இட்டகவேலியோட மைய முரணே காணிக்காரர்களுக்கும் இந்தத் தரவாட்டு நாயர்களுக்குமானதுதான். காணி, கணியான், கனகன், கணிகன், கணியன் இந்தப் பெயர்கள் கொஞ்சம் குழப்பம் தர்றது. நான் புரிஞ்சுக்கிட்டது காட்டில இருக்குறவன் காணி அல்லது காணிக்காரன். நாட்டில இருக்குறவன் கணியான் இல்லேன்னா கனகன். உள்நாட்டுக் கணிகன்கள் பெரும்பாலும் ஜோசியம் மாந்த்ரீகம் சம்பந்தப்பட்டவங்க. இப்போ சிலபேர் இந்த உட்சாதி சிக்கலுக்குள்ள

மாட்டிக்கிட்டாங்க, சிலபேர் கிறிஸ்தவத்துக்கு மாறிட்டாங்க. ரொம்ப சிலபேர் அவங்களைப் பழங்குடின்னு சொல்லிக்கிறதில்லை." ஸ்ரீகாந்த்தின் முகத்தை திரும்பிப் பார்த்துவிட்டு,

"உனக்கு இந்தப் பின்புலம் ஓரளவுக்குத் தெரியும்தானே. நான் கதைக்குள்ளப் போறேன்" தொடர்ந்தார் விஜயன் அண்ணன். ஆமோதிப்பாய் தலையசைத்தான் ஸ்ரீகாந்த்.

"இது கதையோட ஒரு வெர்ஷன். வேற நெறைய வடிவங்கள் உண்டு. உனக்குச் சமயம் கெடைக்கும்போது மதுகிட்ட கேட்டுக்கோ" பீடிகையோடு சொன்னார். ஸ்ரீகாந்த் அருகிலிருந்த என் கைகளை லேசாகப் பற்றிக்கொண்டான்.

❁ ❁ ❁

"பனங்கோட்டு தரவாடு சுற்று வட்டாரத்தில பேரு கேட்ட தரவாடு. காரணவர் அவரோட மனைவியோட வாழ்ந்து வர்றார். அவங்களுக்குக் குழந்தைகள் இல்ல. கணவனை இழந்த இளைய சகோதரியோட பொண்ணு அவங்க கூட வசிக்குறா. சகோதரியோட பொண்ணு பேரு நீலகேசி. நீலகேசி அதிர்ஷ்டமும் ஐஸ்வரியமும் நிறைஞ்ச பிள்ளை. நீலகேசி மேல அம்மாவனுக்கு நல்ல பாசம். அந்த வீட்டில எல்லாமே அவதான். நீலகேசிக்குக் கிடைக்கிற முக்கியத்துவமும் ஏற்கெனவே குழந்தை இல்லாத குறையுமா மாமிக்கு மருமவ மேல கோவம் வளர ஆரம்பிச்சு வெறுப்பா மாறுது. ஒருநாள் நீலகேசிகிட்ட ஓட்டைச் சிரட்டைய கையில கொடுத்துப் பக்கத்துக் காணிக்குடில தீக்கங்கு வாங்கிட்டுவரச் சொல்றா மாமி.

நீலகேசி கங்கு வாங்கிட்டு வர வழில கங்கு கையில கொட்டி கை எரியுது, தாங்க முடியாம வாயில கைய வச்சு சப்பிட்டே வர்றா. 'ஐயையோ காணிக்குடியில வாங்கித் தின்னிட்டு வாறாளே'ன்னு மாமி கத்துறா. மாமன் என்ன ஏதுன்னு விசாரிக்காம நீலகேசிய பிரம்பால அடிச்சு வெளுக்கிறான். மருமக்க தாயம் பின்பற்றுற குடும்பம். அந்தக் காலத்தில தாய்மாமன்தான் எல்லாம். அவன் வாயால திட்டு வாங்கறதோ கையால அடி வாங்கறதோ பெரிய அவமானம். நீலகேசி வீட்டைவிட்டுக் கிளம்பி பக்கத்தில இருக்கிற சர்ப்பக்காவுல ஒளிஞ்சு, செய்யாத தப்புக்காக அடிவாங்கினதை நினைச்சு நினைச்சு அவமானப்பட்டு அழுதிட்டே இருக்கிறா.

அவ மனசில அம்மாவனை அப்பாவைவிட பெரிய ஸ்தானத்தில வெச்சிருந்தா. தான் தப்பு செய்யலேன்னு எப்பிடி நிரூபிக்கிறது, அவளுக்குத் தெரியல. இளம் வயசுக்கேயுரிய வைராக்கியம் கொஞ்சம் கொஞ்சமா கூடுது. பகல் முழுதும் அழுது கண்ணீர் வத்தி தொண்டைக் குழி வறண்டு போச்சு. தளர்ந்து அங்க இருந்த மரத்தடில முதுகு சாய்ச்சு கண்ணசந்திடுறா. முழிச்சுப் பாத்தா சுத்திலும் இருட்டு. சாதாரணமா பகல் நேரத்திலேயே அந்தச் சர்ப்பக்காவில யாரும் வர மாட்டங்க. நீலகேசிக்குப் பயந்து கைகால் எல்லாம் நடுங்குது. இருட்டுக்குக் கண்ணு பழகின கொஞ்ச நேரம் தூரத்தில ஒரு ஓலைச்சுருட்டு வெளிச்சம். இன்னும் பயம் அதிகமாகுது. பக்கத்தில வந்ததும் பாத்தா காணிக்கார மாந்த்ரீகர். எங்கயோ மந்திரவாதம் முடிஞ்சு வரும் வழி. ஓலைத் தீப்பந்த வெளிச்சத்தில் பாத்துட்டார். நீலகேசி விஷயத்தச் சொன்னதும் வீட்டுக்குக் கொண்டுவிட திரும்புறார். நீலகேசிக்குப் பசியில் நடக்க இயலலை. பசிக்குதுன்னு கேக்குறா. பூஜை முடிந்த கையோடு வந்த காணிக்காரர், இளநீர், அவல், வாழைப் பழம், பலா என இருந்ததைக் கொடுக்கிறார். நீலகேசி ஆவேசமாய் அதைத் திங்கிறா. அவ மனசில 'நான் செய்யாத தப்புக்குத் தண்டிச்சீங்களே, அது தப்பா தப்பில்லியான்னு எனக்குத் தெரியாது. ஆனா அத இப்ப நான் பண்ணிட்டேன். என்னை அடிச்சதும் இதுவும் சரியாப் போச்சு' அப்பிடின்னு நினைக்கிறா. ஆனாலும் அவளால சமாதானப் பட முடியல.

இதுக்கிடையில பொண்ணைக் காணோம்னு அம்மா தேடி வர்றாங்க. எதிர்த்தாப்ல காணிக்காரரோட நீலகேசி வர்றா. அம்மா அழுதுகிட்டே மகளைப் பாத்ததும் கட்டியணைச்சுக் கூட்டிட்டு வாறா. அப்போ அம்மாக்காரி, வீட்டுக்குப் போறதுக்கு முன்னாடி குளத்தில குளிச்சிட்டுப் போவோம்னு சொல்றா. முதல்ல நீலகேசி குளத்தில குதிச்சு நீந்துறா. அப்புறமா தண்ணிக்குள்ள முக்குளிச்சுப் போறா. அம்மா குளக்கரைப் படில உக்காந்திருக்கா. ரொம்ப நேரமாச்சு மகளைக் காணோம். நீலகேசி நீலகேசின்னு அம்மாக்காரி கதறுறா. நீலகேசியைக் காணோம். துக்கம் தாளாம அம்மாவும் குளத்தில குதிச்சிடுறா. இதுக்கிடையில மகனோட கைக்குழந்தையோட பாட்டி பொண்ணையும் பேத்தியையும் தேடி வர்றாங்க. மருமக குளத்தில அழுதுகிட்டே குதிக்கிறதைப் பாத்திட்டுக் கைக்குழந்தையோட பாட்டியும் குதிச்சிடுறா. பாட்டி, அம்மா, மக, மூணுபேரையும் தேடி ஊர் அலையுது. எங்கயும் காணோம். குளத்தில தேடினா பிணங்கள் கிடைக்கல. ஆறு நாள் போய்டுது. ஏழாம் நாள்

பக்கத்தில உள்ள பறம்புவட்டக் குளத்தில மூணு மர பொம்மைங்க நீல தலைமுடியோட மிதக்கிறதா மாடுமேய்க்கிற சின்னப் பையன் ஒருத்தன் சொல்றான். எல்லோரும் போய் பாக்குறாங்க, பொம்மைங்க மறைஞ்சிடுது. அப்புறமா காணிக்காரங்களைக் கூப்பிட்டு அந்தப் பொம்மைகளை எடுத்து முடிப்புரை உருவாக்கி வழிபடுறாங்க. இதுதான் இட்டகவேலி நீலகேசி அம்மன் கதை."

நாங்கள் யாரும் குறுக்கிடாததால் விஜயன் அண்ணன் ஒரே மூச்சில் சொல்லி முடித்தார்.

கதையை முடித்தபோது பெண் குழந்தையைப் பெற்ற தகப்பனுக்கே உரிய கனிவு அவரிடம் உறைந்திருந்தது.

ஒன்றாம் நாள்

முதல் நாள் திருவிழாக் குழுவினர் பொன்மனைக்குக் கிளம்புவதிலிருந்து கூட இருந்தேன். தச்சநல்லூர், ஸ்ரீவைகுண்டம், வடக்கன்குளம், தாழக்குடி ஊர் கணிப்பறையர் குலப் பூசாரிகளைப் பொன்மனை கிழக்கம்பாகத்திலிருந்து செண்டை மேள தாளத்துடன் வரவேற்று மரவூர் கண்டன் சாஸ்தா, மங்கலம் பத்ரகாளியம்மன் கோயில், அரசமூடு விநாயகர் கோயில், காவல் ஸ்தலம் முத்தாரம்மன் கோயில், செருப்பாலூர் முத்தாரம்மன் கோயில், இட்டகவேலி பாதிரிமேல் கண்டன் சாஸ்தா கோயில் எல்லாவற்றிற்கும் ஊர்வலமாக அழைத்துச் செல்லப்பட்டு, இறுதியில் பனங்கோட்டு ஆலயத்துக்கு அழைத்துவந்து சாவிதானம் செய்தனர். அமைத்திருக்கும் புரையில் வெள்ளிப்பிள்ளையை எடுத்துவந்து எழுந்தருளச் செய்தார்கள். வடகரை ஆலயத்தில் பூஜைகளை நிறைவேற்றிய பின் பிற்பகல் நீலகேசி அம்மனை இறக்கினார்கள். அம்மை இறக்குதல்.

அம்மன் அமர்ந்திருக்கும் ஈழக்குடிவிளையில் அஷ்டதிக் பூஜைகளும் அம்மன் பறம்பு நோக்கி எழுந்தருளலும் நடந்தேறின.

வெண்சாமரம், தழை, ஆலவட்டம், முத்துக்கொடை, குருத்தோலைக்குடை, கொடி அலங்காரங்கள், சிலம்பம், குலவையிடல், ஒருபுறம் பூவாசம், ஒருபுறம் பத்திவாசம் , செண்டை, பஞ்சவாத்தியம், முரசு, கொம்பு வாத்தியங்களின் உரத்த இசையும் அதன் தாளலயமும் என்னை மயக்க நிலைக்கு இழுத்து என் கால்களை லேசாக நடனமாட வைத்தன. முன்பு மல்யுத்தமும் நடந்ததாகச் சொன்னார்கள்.

வீட்டுக்குப் போய் மதிய உணவு முடித்துச் சிறிது படுத்தெழும்பிவிட்டு மாலை மீண்டும் குளித்துக் குட்டப்பனாகி கோயில் வளாகத்துக்குள் நடந்துகொண்டிருக்கையில்...

“மது” விளி கேட்டுத் திரும்பினேன். கொச்சுத்தம்பி காணி. என் மாமா.

“மாமன் இஞ்ச என்ன பண்ணுது?”

“நம்ம கொடையில்லா மருமவனே”

மாமாவிடம் பழைய தரவுகள் இருக்கும். அவரை ஓரங்கட்டி திருவிழா ஒச்சைகள் கேட்காத இடத்துக்கு நகர்த்திப் போனேன்.

“மாமா ஒரு சாயா அடிப்போம்”

“இல்ல மருமவனே நான் லேசா மினுங்கிட்டுண்டு”

அப்போதுதான் அவரிடமிருந்து வந்த பிராந்தி வாசனையை முகர்ந்தேன்.

“செரி. எனக்குச் சில காரியங்கள் ஒக்க அறியணும். மாமன் சொல்லணும். படித்தத்துக்காக்கும்.”

கல்விக்கென்றால் என் சொந்தக்காரர்கள் என்ன உதவி வேண்டுமென்றாலும் செய்துவிடுவார்கள். எங்கள் இனத்திலேயே முதல் முனைவர் பட்டம் பெற்றவன் நான். நாகர்கோவில் இந்துக் கல்லூரியில் இளங்கலை தமிழ்ப் பயிலச் சேர்ந்தபோது முதுமுனைவர் வரைக்கும் முன்னே செல்வேனென்று நான் நினைக்கவேயில்லை. ஏதோ பெயருக்கு ஒரு பட்டம். ஏதேனும் ஒரு வேலை. இப்படித்தான் நினைப்பிருந்தது. முதுகலையும் அதே கல்லூரியில் படித்துவிட்டு எம்.ஃபில்., நெல்லை மனோன்மணியம் பல்கலையில்

சேர்ந்தபோதுதான் மூன்றுநாள் நாட்டார் வழக்காற்றியல் கருத்தரங்கில் கலந்துகொண்டேன். அங்குதான் முதன்முதலில் விஜயன் அண்ணனைப் பார்த்தேன்.

இந்தியா முழுமைக்கான பெண் தெய்வங்களைப் பற்றிய தனது உரையில் சாக்தத்தின் நாட்டார் வடிவங்களாக மூதாய் வழிபாடு, கன்னி வழிபாடு, அன்னை வழிபாடு, உக்கிர வழிபாடு என அவர் தொகுத்துச் சொன்ன விதம் என்னை ஈர்த்தது. பேராசிரியராய் இருந்தபோதும் மிக அடுப்பமான அவரது நட்புணர்வால் சாரிலிருந்து அண்ணனாக ஆனார். நான் நாட்டார் வழக்காற்றியலில் முனைவர் ஆனதற்கும் இன்னும் மேற்படிப்பைத் தொடர்வதற்கும் அவரே காரணம். இன்னதென இல்லாமல் எனக்கான எல்லா உதவிகளையும் கேட்காமலே செய்பவர்.

பனங்கோட்டுக் குடும்பத்தின் மூத்த காரணவர் அம்மாவன் குறுப்புக்குக் காப்புக் கட்டுதல் நிகழ்வு நடந்துகொண்டிருந்தது.

“அப்போ இந்த ஊர் பேரு இட்டகவேலி இல்ல... கணியான்கோணம்”

கொச்சுத்தம்பி மாமா ஆரம்பித்தார்.

“தரவாட்டு அங்கத்தமாரு வச்சதுதான் சட்டம். அவனுகளுக்க ஆட்டம் அடங்காதான்னு மத்த எல்லாரும் ஆசைப்பட்டாங்க. அப்பத்தான் நீலகேசி சம்பவம் நடக்குது. பறம்புவட்டக் குளத்தில மூணு சிற்பங்கள் மிதக்கதப் பாத்ததும் ஏமான்மாருக்குப் பேடி வந்திட்டு. அதுகளைக் கரையேத்த முடியல. என்ன பண்ணலாம்னு வேற வழியில்லாம கோட்டூர்கோணம் ஜோசியரைக் கூட்டிட்டு வந்தாங்க. கோட்டூர்கோணம் ஜோசியம்மாரு நம்ம சொந்தக்காரனுவதான். பெரிய ஜோசியர் ப்ரெஸ்ணம் பாத்திண்டு சென்னாரு...

‘குலதெய்வமாம் பத்ரகாளியைச் சாட்சியாய் வைத்துக் குளத்தில் முங்கி செத்த பெண்டுகள் மூவரும் மாமி குடும்பத்தை அழிப்பதற்காகச் சிற்பமாகத் தோன்றியிருக்கிறார்கள். அழிவைத் தடுக்கப் பரிகாரமாய் நாஞ்சில் நாட்டுக் கணிப்பறையர்களை மேளதாளத்துடன் சென்று அழைத்துவந்து ஏகாதசி தினத்தன்று விரதமிருந்து ஒரு காணி குளத்தில் தேடினால் அச்சிற்பங்கள் கிடைக்குமென்றும் அச்சிற்பங்களைப் பனங்கோட்டு ஆலயத்தில் வைத்துப் பூஜைகள் நடத்தி... பின் இட்டகவேலியின் வடகரை சர்ப்பக்காவிற்கு

அருகில் நிரந்தர ஆலயம் அமைத்து, கணியரைப் பூசாரியாக நியமித்து பூஜை நடத்தி வர வேண்டும். பத்து ஆண்டிற்கு ஒருமுறை பத்து நாட்கள் பலிபூஜைகளுடன் கொடைவிழா நடத்த வேண்டும். இதை மீறினாலோ தவறினாலோ பனங்கோட்டுக் குடும்பம் மண்ணோடு மண்ணாகப் போகும்.'

"அப்படியாக்கும் கோவில் வந்தது. கொடைவிழாவும் வந்தது. பத்து வருஷத்துக்கு ஒருக்கா இருந்தது, காலப்போக்கில இப்போ வருஷாவருஷம் ஆச்சு."

நாட்டர் வழக்காற்றியல் ஆய்வாளனாக நான் திரட்டி அறிந்த இட்டகவேலி அம்மன் கதையின் வேறு வடிவங்கள் கிடைக்கிறதா என்று பார்த்தேன். அறிந்திருந்த கதையை வெகுசில மாற்றங்களுடன் மாமாவும் சொன்னார். முக்கியமான ஒரு விஷயம் அவர் சொன்ன கதையில் இருந்தது... மாட்டுக்கறி.

இரவு பூஜை ஆரம்பித்துவிட்டிருந்தது. குருத்தோலை கூடையில் தீபம் வைத்துச் சுற்றம் சூழத் தலைமை காணிப் பூசாரி சந்நிதி நோக்கி நடந்துகொண்டிருந்தார்.

"நீலகேசி கையில கண்ணு சிரட்டையை மாமி குடுத்து தீக்கங்கு வாங்கிட்டு வரச் சொல்றா. நீலகேசி காணிக்குடிக்குப் போய் சிரட்டையில கங்கு வாங்கிட்டு வர்றா. கண்ணு சிரட்டையில கொஞ்ச நேரத்தில ஓட்டை விழுந்திடுது. கங்கு விரல்ல படுது. எரிச்சல் தாங்க முடியாம நீலகேசி சிரட்டையைக் கீழே போட்டுட்டுக் கையை வாயில வைச்சு சப்புறா. அப்போ அம்மில மசாலா அரைச்சிட்டிருந்த மாமி நீலகேசியோட வாயிலேயே அடிச்சிட்டு, 'ஐயோ காணிக்குடில மாட்டிறைச்சி சாப்பிட்டுட்டாளே'ன்னு கத்துறா. அம்மாவன் வரான். மாமி அடிச்சப்போ அவ கையில இருந்த மசாலா அரப்பு நீலகேசியோட வாயில ஒட்டி இருக்குது. மாமன்காரன் பாக்குறான். 'காணிக்குடியில கை நனைச்சதே பெரிய குத்தம். அதுவும் மாட்டிறைச்சித் தின்னிட்டு வாரியா'ன்னு வீட்டுக்குள்ள போய் பிரம்புக் கம்பை எடுத்துவந்து அடி வெளுத்திடுறான். நீலகேசி அடி வாங்கிட்டு மாட்டுத் தொழுவுல உக்காந்து அழுதிட்டு இருக்கா. பொறவு கோவம் தீராம சர்ப்பக்காவுக்குப் போறா. அப்பத்தான் காணிக்கார மந்திரவாதி பாக்காரு."

எனக்குக் கதையின் இந்த வடிவம் புதிதாய் இருந்தது.

மாமா முத்தாய்ப்பாய் கேட்டார், "மருமவனே நீலகேசிக்குக் கருக்கும், அவலும், பழமும், சக்கையும் கொடுத்த மந்திரவாதிக்க பேரு என்னன்னு அறியலாமா."

"அறியல்ல மாமோ"

"உனக்கப் பேருதான் அவருக்கும். மாதுகாணியான். அவருக்கக் கதை ஒன்னு ஒண்டு. நான் பிற்ற நாள் வரும்போ சொல்லியேன். மாமனுக்கு ஒரு குப்பி வாண்டித் தரணும். வரட்டா மருமோனே."

என் பெயர், நீலகேசி கதையோடு தொடர்புள்ள ஒருவரின் பெயர் என அறிந்ததும் எனக்கு அவரின் கதையை அறியும் ஆவல் கூடியது.

வெடிவழிபாடு ஒருபக்கம் நடந்துகொண்டிருந்தது.

மாமன் சென்றதும் அன்றைய நாளின் குறிப்புகள் முற்றுப் பெறாமல் போனதுபோல் ஓர் அதிருப்தி. சட்டென ஒரு மௌனம்.

இரண்டாம் நாள்

சடங்குகள் சமூக வரலாற்றுக் குறியீட்டு வழக்கங்கள். எங்கள் இனவரைவியல் பேராசிரியர் லூர்து சொல்வார். சடங்குகளைக் கூர்மையாகப் பாருங்கள். அதில் ஒளிந்திருக்கும் குறியீட்டு அர்த்தங்களை உற்று நோக்குங்கள். மேலோட்டமான வரலாற்றுத் தகவல்களை விட ஆழ்ந்த சமூக வேர்களை நீங்கள் கண்டடைவீர்கள். மேலோட்டமான பகுத்தறிவின் பெயரால் சடங்குகளைப் புறந்தள்ளினால் நீங்கள் மானுடவியலை, அந்த அறிவியலை ஒதுக்குகிறீர்கள். உங்களால் ஒருபோதும் மானுட பண்பாட்டுப் பரிணாமத்தைப் புரிந்துகொள்ள முடியாது.

முதல்நாள் மேளதாளத்துடன் வந்த நாஞ்சில்நாட்டுக் கணிப்பறையர்கள், மாமன் குடும்ப வீடான பனங்கோட்டுவீட்டு ஆலயத்திலிருக்கும் வெள்ளிப்பிள்ளையை எடுத்து எழுந்தருளித்து பறம்புவட்டத்தில் தனிப்பந்தலில் அமர்த்திவிட்டிருந்தார்கள். சிறு காமணம் போன்ற தேரில் வெள்ளிப்பிள்ளை எழுந்தருளியிருந்தது. இந்த அம்மையிறக்கம் நடந்து முடிந்ததும் ஆலயத்திலிருக்கும் மூன்று முடி சிற்பங்களை எடுத்தாடிக் கொண்டுவந்து முடிகள் கிடைத்த குளக்கரையான பறம்புவட்டத்தில் தனிப்பந்தலில் அமர்த்துவார்கள். அதுவொரு நாடகக் காட்சியினை ஒத்ததாக இருக்கும்.

பக்தர்கள் சூழ வாத்தியங்கள் முழங்க அம்மையை ஊர்வலமாகக் கொண்டுசெல்வார்கள். அம்மாவி திட்டை அடைந்ததும் மாமன் மாமி மீது தேவிக்குக் கோபம் உண்டாகும், மது பூஜை செய்து கோபம் தணிப்பார்கள். பின்னர் வயல் வழியாகப் பறம்புக்குத் தேவி ஊர்வலம் செல்லும். தேவி பறம்புக்குச் சென்றதும் மூன்றுமுறை புரையை வலம் வந்தபின் உள்ளே அமர்த்துவார்கள்.

அம்மன் இருக்கும் பந்தலிலிருந்து முடி எடுத்து ஆடிக்கொண்டு வெள்ளிப்பிள்ளை இருக்கும் இடத்துக்குப் போவதும். மாமன் பாதுகாப்பில் இருக்கும் வெள்ளிப்பிள்ளையை எடுக்க முடியாமல் திரும்பிச் செல்வதும் பத்து நாட்களும் தினசரி பூஜைகளோடு நடக்கும் அற்புத நிகழ்வுகள். இதனூடே வெடி வழிபாடும் பிற நேர்ச்சைகளும் நடைபெறும். இந்தக் களேபரங்களுக்கு நடுவில் சாராயப் படையலும், நெய் வேத்தியமும், மாது காணிக்குத் தனி பூஜையும் நடக்கும்.

கோயில் கமிட்டி பாலச்சந்திரன் அண்ணன் என்னைப் பார்த்ததும் கையைத் தூக்கி வணக்கம் வைத்தார். சகாவு ராமச்சந்திரனின் மகன். நெற்றியில் மதச் சின்னங்கள் அணிய மாட்டார். அவர் கோயில் கமிட்டியில் இருப்பதற்கு எதிர்ப்பு உண்டு. என்னோடு இளங்கலை பயின்ற நண்பன் ஸ்ரீஜித்தும் அவரோடு நின்றுகொண்டிருந்தான்.

பரஸ்பர நல விசாரிப்புகளுக்குப் பிறகு நாட்டார் பெண் தெய்வங்கள் குறித்த ஒரு நல்கைக்கான என் கள ஆய்வைச் சொன்னேன். முதல் கேள்வியாய் அம்மையிறக்கக் கொடைவிழாவின் முன்னேற்பாடுகளைக் கேட்டேன்.

நான் கற்றுக்கொண்ட சில கோட்பாடுகளை இந்த நிகழ்வுகளில் பொருத்திப் பார்க்க நினைத்திருந்தேன். நாடகம், புனைவு இவற்றில் களம் மிகுந்த முக்கியத்துவம் வாய்ந்தது. களத்தில்தான் கதாபாத்திரங்களும் புனைவும் நிகழும். கதையின் நிரல் வரிசைக்கிரமப்படி நடப்பதற்குக் களம் தயாராகவும் தயாரிப்புகளோடும் இருந்தாக வேண்டும். பத்து நாள் திருவிழாவின் சடங்குகள் ஒவ்வொன்றிற்கும் களம் தயார் நிலையில் இருக்க வேண்டும். மக்கள் நம்பிக்கைகளோடு தொடர்புடையதால் எந்தச் சடங்குகளுக்கும் தடங்கல்கள் வந்துவிடக் கூடாது. தொன்மைச் சடங்குகளுக்கும் புனைவே அடிப்படை. ஆக, களம் என் முதல் கேள்வியாய் ஆனது.

பாலச்சந்திரன் அண்ணன் என்னோடு சிநேகம் பாராட்டுபவர். மதிப்பும் கொண்டவர். வெளியூர் காரியங்களுக்கு என்னிடம் அபிப்பிராயமோ உதவியோ கேட்கத் தயங்காதவர். சொல்லத் தொடங்கினார்.

“பங்குனித் திருவிழா ஆரம்பிக்கிறதுக்கு முன்னாடி ஓணம்பள்ளி, பனங்கோடு, குறுவேலி, பெருங்கோடு, பெரும்மானி தரவாடுகள்ல உள்ளவங்களும் அவங்களோட மற்ற சொந்தங்களும் பனங்கோடு தரவாடுக்கு வந்து தங்கி கோட்டூர்கோணம் ஜோல்சியரைக் கூப்பிட்டுத் திருவிழாவுக்கான நல்ல நாள், நல்ல நேரம் எல்லாத்தையும் குறிச்சு வாங்குவாங்க. பிறகு எல்லோரும் சேர்ந்து ஒற்றுமையா ஏற்பாடுகளைச் செய்வாங்க. இப்போ அதைக் கோயில் கமிட்டி செய்யுது. சுபதினத்தில் கால் பந்தல் நாட்டி புரைகள் கட்டுறது நடக்கும். பொன் மண்டபம் போல புரை மண்டபம் என்னாக்கும் கணக்கு. அம்மனுக்குத் தனி புரை. அதுக்குப் பின்னால பூஜைப் பொருட்களை வைக்கிறதுக்குத் தனி புரை. வெள்ளிப்பிள்ளைக்கு அகலம் கூடின தனி அலங்காரப் புரை. அது சின்ன தேர் மாதிரி இருக்கும். இரண்டு புரைக்கும் நடுக்க பச்சைப் பந்தல் வேஞ்சிருக்கும். பச்சைப் பந்தல்னா பச்சை தென்னை ஓலைல வேஞ்ச பந்தல். குருத்தோலைக்குடை, குருத்தோலை அலங்காரம், வாழைக்குலை, ஈஞ்ச இலை, ஒலத்திக் கொலை, கல்வாழை, செங்கருக்கு, செந்துளுவன் வாழைக்குலை பந்தல் மேடை முழுக்கச் சிவப்புப் பட்டு அலங்காரம்.

ஏழாம் நாள் தூக்க நேர்ச்சை, ஒன்பதாம் நாள் வேரும் களையும் எடுத்தல் அல்லது கமுகு பிடுங்குதல், பத்தாம் நாள் தாரத யுத்தம். இதுக்கெல்லாம் தனித்தனி ஏற்பாடுகள் உண்டு.

தினசரி பூஜைகள், வெள்ளிக்கிழமை சிறப்பு பூஜை. அம்மன் பந்தலுக்குள்ள இறங்குறதுக்கு வடகரை மூலக்கோயில்ல இருந்து ஆடி வரும்போது மாமித்திட்டையில ஆவேசம் கொண்டு இருக்கிறதும்... சாராயம் குடுத்துக் கோவத்தைத் தணிக்கிறதும்... அம்மன் இருக்கும் பந்தலிலிருந்து முடி எடுத்து ஆடிக்கொண்டு வெள்ளிப்பிள்ளை இருக்கும் பந்தலுக்குப் போவதும்... மாமன் பாதுகாப்பில் இருக்கும் வெள்ளிப்பிள்ளையை எடுக்க முடியாமல் திரும்பிச் செல்வதும் பிரமாதமான காட்சி அனுபவமா இருக்கும். மாமனை நினைவுபடுத்துற மாதிரி அந்தப் பனங்கோட்டுக் குடும்பத்திலேயிருந்து மூத்த காரணவரைக் குறுப்பு அப்பிடின்னு சொல்லுவாங்க, அவரை கையில பிரம்போடு நிற்க வைப்பாங்க. அதுதான் சுவாரசியமானது.”

கணியான் வீட்டில தீட்டு பட்டிருக்குதுன்னு பக்கத்திலிருந்த குளத்தில் குளிச்சிட்டுப் போகலாம்னு பாட்டி சொல்றா. குளக்கரைக்குப் போறாங்க. முதல்ல நீலகேசி குளத்தில் இறங்குறா. இறங்கியவளைக் கொஞ்ச நேரத்தில் காணலை. மூழ்கியிருப்பான்னு தாயாரும் குளத்தில் குதிக்கிறா. அடுத்து பாட்டியும் கைக்குழந்தையோட குளத்தில் குதிக்கிறா. மூணு பேரும் காணாமல் போகவே தண்ணீரில் முங்கி இறந்திருப்பாங்கங்கிற செய்தி நாயர் குடும்பத்துக்குத் தெரியப்படுத்தப்படுது. எல்லோரும் குளத்தில் இறங்கித் தேடுறாங்க. கைக்குழந்தை பிணத்தைத் தவிர மற்ற பிணங்கள் கிடைக்கலை. பிறகு குளத்துத் தண்ணீர் முழுசும் திறந்துவிட்டுத் தேடிப் பாத்தாங்க. தண்ணி முழுசா வற்றிய பிறகும் பிணங்கள் கிடைக்கலை. எட்டாவது நாள் பக்கத்திலிருந்த வேற ஒரு குளத்தில் பாக்கு அளவில் மூணு முடிக்கட்டுகள் தண்ணில மிதந்து விளையாடிக்கிட்டிருந்திருக்குது. அந்த வழியாகப் போன ஒருத்தர் அந்த முடிக்கட்டுகளை எடுக்கக் குளத்தில இறங்கியிருக்காரு. முடிக்கட்டுகள் திடீர்ன்னு தண்ணிக்குள்ள மூழ்கி மறைஞ்சிட்டுது. முடிக்கட்டுகள் மிதக்குற அதிசயம் ஊரெல்லாம் அறியுது. எல்லோரும் குளத்தைச் சுத்தி ஒண்ணு கூடுறாங்க. யாராலையும் அந்த முடிக்கட்டுகளை நெருங்க முடியல. அப்புறமா ஜோசியரைக் கூப்பிட்டு ப்ரஸ்ணம் பாக்குறாங்க. 'மூணு முடிக்கட்டுகள் குளத்தில முங்கிச் செத்த மூணு பெண்கள்தான். இது யாரு கைக்கும் சிக்காது. கணியான்கள் கையில மட்டுமே சிக்கும்'னு உணர்ந்து எல்லார்கிட்டயும் சொல்றாரு. கணியான்கள் ஒரு சுளவு எடுத்திட்டு வந்து குளத்தில இறங்கினதும் அந்தச் சுளவுல முடிக்கட்டுகள் ஒதுங்கியிருக்குது. கணியான்கள் அந்த முடிக்கட்டுகளை எடுத்துக் குளத்தோட கரையில பந்தல் போட்டுப் பலமான மரப்பெட்டியில வச்சு பூட்டி பூஜை செஞ்சுவந்தாங்க. அந்த இடம்தான் முடிப்புரை கோயிலா மாறியிருக்கு.'' பாலச்சந்திரன் அண்ணன் சொன்னதை வாய்ஸ் ரெக்கார்டர் உதவி இல்லாமலேயே மூளைக்குள் பதித்துக்கொண்டேன்.

நண்பன் ஸ்ரீஜித் வேறு சில மாற்று வடிவங்களைக் குறிப்பிட்டான். "இதெல்லாம் உனக்க ரிசெர்ச்சுக்கு உபயோகப்படுமான்னு பாரு... முடிக்கட்டுன்னு சொல்றத சிலர் தாமரை மொட்டுன்னு சொல்றாங்க. சிலர் பிறைவடிவ பிம்பம்னு சொல்றாங்க. இன்னும் சிலர் சமஸ்கிருதத்துல சந்திரப்பிரபான்னும் சொல்றாங்க. அதைப்போல அம்மா பிள்ளையைக் காப்பாத்த நீராழில சாடினதாத்தான் நான் கேட்ட கதையில வந்துது. நான் கேட்ட கதையில தாய்மாமன்தான். ஆனா குழந்தை இல்லாததால

நீலகேசியை வளர்ப்பு மகளா சுவீகாரம் எடுத்து வளர்த்ததா சொன்னாங்க. எங்க அம்மச்சி சொன்ன கதையில பாட்டி பேரு நீலம்மைன்னும் மாமி பேரு சுந்தராங்கின்னும் சொன்னா. பாட்டி வச்சிருந்த கைக்குழந்தைதான் இப்ப இருக்கிற வெள்ளிப்பிள்ளன்னும் சொன்னா."

ஸ்ரீஜித் சொன்ன மாற்றுக் கதையாடல்களையும் குறித்துக்கொண்டேன்.

மூன்றாம் நாள்

விஜயன் அண்ணன் அதிகாலையிலேயே அழைத்து ஸ்ரீகாந்த்தை அனுப்பி வைப்பதாகச் சொல்லியிருந்தார். நான் எதிர்பார்த்தபடி ஸ்ரீகாந்த், சுந்தரம் சாரோடு வராமல் தனியே பைக்கில் வந்திருந்தான். நெட்வொர்க் கவரேஜ் பிரச்சினையால் என்னிடம் அழைத்துக் கேட்க முடியாமல் அருவிக்கரை நேர்வழியில் வராமல் சுற்றுவழியான பிஞ்சலம் வழி காலை எட்டரை மணிக்கு வந்து சேர்ந்தான். குளத்தில் குளித்துவிட்டு ஹரியின் கடையில் நான் தோசையும் ரசவடையும், ஸ்ரீகாந்த் புட்டு, பயறு, பப்படம், பழமும் சாப்பிட்டு எங்கள் தளவாடங்களோடு கோயில் வளாகத்திற்கு வந்தபோது மணி பத்தாகியிருந்தது.

இதற்கிடையே எழுந்தருளல் எல்லாம் முடிந்து அகண்ட நாம ஜெபம் தொடர்ந்துகொண்டிருந்தது.

“சேட்டா இந்தப் பைக் மைலேஜே குடுக்கல. நம்ம கார்த்திக் அண்ணன் வண்டி.”

“இது யமஹா ஆர் எக்ஸ் ஹண்ட்ரடில்லா. டூ ஸ்ட்ரோக் வண்டி அப்படித்தான் ஸ்ரீகாந்த்.”

நான் எனக்குத் தெரிந்த பைக் நுணுக்கங்களைப் பகிர்ந்துகொண்டேன். ரெண்டு நாட்கள் இருப்பதாக ஸ்ரீகாந்த் சொன்னான். வாய் பேசிக் கொண்டிருந்தாலும் என் கண்கள் கொச்சுத்தம்பி மாமாவைத் தேடின. ஸ்ரீகாந்த் பைக்கில் வந்தது நல்லதாய்ப் போனது. எப்படியும் மாமா பிராந்தி வாங்கிக் கேட்பார். படர்நிலம் போக வேண்டும். எப்போதும் பஸ் இருக்காது. டீ குடித்துவர எழுந்தபோது சரியாக கொச்சுத்தம்பி மாமா வந்துதித்தார். ஸ்ரீகாந்த்தை அறிமுகப்படுத்தினேன். குனிந்து முதுகு வளைத்து வணங்கினார். எங்களவர்களில் அந்தத் தலைமுறையினர் எல்லோரின் உடல்மொழி அது. ஸ்ரீகாந்த் மாமாவைக் கட்டிக்கொண்டான். எடுத்தவுடன் மாமா என்றே அழைத்தான். கொச்சுத்தம்பி மாமா முதலில் கூசி நேரம் சென்ற பின் சகஜமானார்.

“மாமா அந்த மாதுகாணியான் கதை.” நான் காரியத்தில் கண்ணாய் ஞாபகமூட்டினேன்.

ஒரு வெற்றிலைப்பாக்கு முறுக்கானை வாயில் இட்டு உதப்பியபடியே மாமா ஆரம்பித்தார். “கண்டு சொல்பவன் கணியான், கணித்துச் சொல்பவன் கனகன், காட்டோட இருப்பவன் காணி... காணியும் கணியானும் ஒண்ணு... காணி மக்கள அந்தக் காலத்தில பிராமணனும் சூத்திரனும் அடிமகளா காடு திருத்துத ஜோலி, வயல் ஜோலி, வெறவு வெட்டுத ஜோலின்னு எல்லா ஜோலிகளையும் செய்ய வச்சினும். தனித்தனியா எங்கட மக்களைப் பிரிச்சு ஒண்ணு கூடாம பாத்துகிட்டினும். கணியான்கோணம், திற்பரப்பு, அரகநாடு, உத்திரம்கோடு, அண்டுகோடு, சேக்கல், கடையாலுமூடு, அருமனை, கரையன்குளம், தேங்காப்பட்டினம், பாலோடு, உதச்சிக்கோட்டை, பருத்தியடப்பு, அஞ்சுகண்ணுகலுங்கு, மூவோட்டுகோணம், இளஞ்சிறை இந்த இடங்களில அடிமைகளாக ஆக்கப்பட்டுக் குடிவைக்கப்பட்டிருந்திச்சினும். இப்ப இட்டகவேலி இருக்கில்லா அப்ப அது கணியான்கோணம். அங்கதான் மாதுகணியான் இருந்தாரு. இப்ப காணிகாரன்னு சொல்லுத மாரி அப்ப காணிப்பறையன்னு

விளிப்பாவ. ஆனா மாதுகாணியான் லேசுபட்ட ஆளில்ல. மந்த்ரவாதம், தந்த்ரவாதம், பில்லி சூனியம், ஏவல், செய்வினை, பேய் விரட்டு, எச்சிவிரட்டு, கூடுவிட்டுக் கூடு பாய்ச்சல் எல்லாம் தெரிஞ்ச ஒரே ஆள் நம்ம ஜில்லாவிலேயே அவருதான்.

உருதகுல இசக்கி, அருதகுல இசக்கி, அந்தர குல இசக்கி, ஆகாசகுல இசக்கி, ஒத்தச்சடை இசக்கி, குலைவாழை இசக்கி, குலைவாழை கன்னி, ஒரு மாங்குல கன்னி, பாலாட்டுக்காரி, சூலாட்டுக்காரி, துள்ளுமறிக்காரி, துவளக்குட்டி காரி, கொடியிடையாள், வெட்டருவாள்காரன், மலையில் புதுவாதை, உருத செங்கிடா வாதை, இளநிறத்து வாதை, போக்குவரத்து வாதை, புதுப் புணத்து வாதை, மகுடந்தட்டி வாதை, மணிகிலுக்கி வாதை, மந்திரமூர்த்தி வாதை, கடுவாமூர்த்தி வாதை, கைமுறிவாழ் வாதை, எதிரடிவாழ் வாதை, ஈனகுல வாதை, வேலன் விடு வாதை, கழுக்கார வாதை, கலம் தட்டும் வாதை, அரிசிப்பெட்டி வாதை, ஆயிரம் கொல்லி வாதை, சண்டி வாதை, ஒண்டி வாதை, சப்பாணி வாதை, பட்டாணி வாதை, மகுடந்தட்டி வாதை, பட்டகித்தி வாதை, வழுத்தேடி வாதை, மஞ்சகிடாரத்து வாதை, சாமுண்டி வாதை, கன்னி சொரி வாதை, விட்ட இடத்தில் கொல்லும் வாதை, அன்று கொல்லும் வாதை, நின்று கொல்லும் வாதை, அருந்தொழுகும் வாதை, நரபலி உண்ணும் வாதை, தெரடு வாதை, விடு வாதை உள்பட ஆயிரத்தெட்டு வாதைகள். அது மட்டுமல்ல வாதைகளின் தலைவன் மன்னராஜ வாதை எல்லாம் மாதுகாணி சொல்லுக்குக் கட்டுப்பட்டு அடங்கும். இந்த எட்டு ஜில்லாவிலேயே பேரு கேட்ட காணிக்காரன்னா அது மாதுகாணியான்தான்."

சாற்றுப்பாடல் பாடும் அதே துள்ளலோடு சன்னதம்கொண்டு மூச்சுவிடாமல் சொல்லிச் சற்று நிதானித்தார் கொச்சுத்தம்பி மாமா.

"அறியலாமா மதுவே, இட்டகவேலி நீலகேசி அம்மன் கோயில் மொத பூஜையை நின்னு நடத்தினது நம்ம மாதுகணியானாக்கும். மாதுகாணியானுக்கு வேறோரு அட்டாஸ்மெண்ட் ஜோலியுண்டு. கூடுவிட்டுக் கூடு பாய்ஞ்சு நாயர் வீடுகளில நாயர் வடிவெடுத்துப் போய் சாப்பிட்டு வாறது உண்டு. இவருக்க நடமாட்டம் உணர்ந்து ஜோல்சியர்கிட்ட கேட்டு உறுதிப்படுத்தியாச்சு. மாதுகாணியானுக்க வேலைதான் இதுன்னு அறிஞ்சதும் அவரைக் கொல்ல சதித்திட்டம் தீட்டினானுவ. மாதுகாணியன் மந்த்ரவாதியில்லா அவனோடு முழுச்சக்தியும் அவன் நெத்தியில சாத்தியிருக்கிற செந்தூரத்தில இருக்கிறதா

சிவசங்கர்.எஸ்.ஜே ● 31

அறிஞ்சாச்சு. அது சாதா செந்தூரமில்ல சுடுகாட்டுல தலைப்பிள்ள மை எடுத்துச் செஞ்ச செந்தூரமாக்கும். மாதுகாணியானை நாயர் தலைவர் சித்திர மாசப் பொறப்புக்கு வீட்டுக்கு விருந்துக்குக் கூப்பிடுதாரு. பெரிய தும்பு இலைல சூடு சோறு. ஏற்கெனவே வீட்டில ஜன்னல் கதவு எல்லாத்தையும் பூட்டி வச்சிட்டானுவ. நல்ல வெக்கை. மாதுகாணியானுக்கு நல்லா வெசர்க்குது. வியர்வையில மாதுகாணியானுக்க நெத்தி வியர்த்துக் குங்குமம் அழிஞ்சிட்டு. வீட்டுக்குப் பின்னால ஒளிஞ்சிருந்த குல நாயர்கள் அவ்வளவு பேரும் சரியான சமயம் பாத்துக் கட்டிவச்சு அடிச்சு மரத்தில தலைகீழா கட்டித் தொங்கவிட்டுட்டாங்க."

மாமாவின் கண்கள் ஈரம் கோர்த்திருந்தன.

"நேருக்கு நேர் கைபோட முடியுமா அவருகிட்ட. பயந்தாங்கொள்ளிப் பயலுவ... பொறவு குத்துயிரும் கொலையுயிருமா மாதுகாணியான் வெள்ளம் தாவிச்சுக் கெடக்கும்போ ஒரு நாடார் கொஞ்சம் தண்ணி குடுக்குதாரு. மாதுகாணியான் இறந்து அவருக்கு இட்டகவேலி கோயில்ல ஒரு பீடம் வச்சு கும்பிட்டாங்க. இப்பவும் நாடார் மக்களுக்கு விளிச்சா விளி கேக்கிய தெய்வமா இருக்கியாரு. கொஞ்ச நாளாட்டு அந்தப் பீடத்தைக் காணல. ஆனா, வெளில இருந்து வழிபாடு செய்திட்டு வாராங்க மக்கள்.

"அம்மனுக்குப் படைக்குத கருக்கும், அவலும், சக்கையும், கதலியும் ஏதுன்னு தெரியுதா. நம்ம மாதுகாணியன் சர்ப்பக்காவுல மந்திரவாதம் முடிஞ்சு திரும்பும்போ அழுதிட்டிருந்த நீலகேசி அம்மைக்குக் குடுத்த சாதனங்களாக்கும். இவனுவோ நெனைச்சாலும் மாதுகாணிய மறக்கடிக்க முடியாது. அடிபடியது செண்டை கூலி வாண்டியது தண்டான்."

"வேற ஏதாவது காரணம் காணும் மாமா. பூஜாரிகளொக்க ஆரு நம்ம ஆளுவதானே? மாமன் சொல்லணும்."

"அது வேற வழியில்லாமையாக்கும் மதுவே. இவனுவளுக்குப் பேடி."

மாமன் அப்படித்தான். கொஞ்சம் போதை ஏறியதும் அவருக்கான அரசியல் கூர்மை விழித்துக்கொள்ளும். குரல் கம்பீரமாய் ஆணையிடும் தொனிக்கு மாறிவிட்டிருக்கும். ஸ்ரீகாந்த் இதையெல்லாம் ரசித்து அவருடனே மாமா மாமாவென்று உரசிக்கொண்டு திரிந்தான்.

“நீலகேசி அம்மை நாயர் தரவாட்டுல பொறந்தவன்னாக்கும் கதை எழுதி வச்சிருக்கானுவ. அவ நம்மட காணிக் குடியில பொறந்த ஐசுவரியமாக்கும். அவளை வளக்கதுக்கு எடுத்திட்டுப் போயதாக்கும் இவனுவ. இவம்மாருக்கு இந்த லோகத்தில ஒள்ள எல்லாம் அவனுவளுக்குள்ளது. பூமி அவனுவளுக்குள்ளது. வான அவனுவளுக்குள்ளது. கடைசியில எங்க அம்மையும் அவனுவளுக்குள்ளது, கள்ளப்பட்டிப்பயலுவ.” மாமா உச்சிவெயில் ஏற ஏற கொதித்துக்கொண்டிருந்தார். உணர்ச்சி வேகம் அதிகரிக்கையில் அவர் எங்கள் அசல் மலை பாஷையிலேயே பேசுவார்.

“இவன் எனக்க மச்சம்பி இல்லத்துக்காரனாக்கும் கேட்டியா.” கொஞ்சம் தணிந்ததும் என்னைப் பற்றி ஸ்ரீகாந்துக்குச் சொல்லிக்கொண்டிருந்தார்.

“எனக்குச் செறுதிலேயே தெரியும். இவன் நல்லா படிப்பான்னு. நான்தான் இவனுக்க அப்பனுட்ட மடத்தில சேக்கச் சொன்னேன். செறுப்பத்திலேயே மடத்தில் தங்கிப் படிச்சான். எப்பழெங்கிலும் இஞ்ச வீட்டுக்கு வருவான். எங்க மக்களுக்கக் கதையொளொண்ணும் இவனுக்குத் தெரியாது. இவனுக்க அப்பா, எனக்க மச்சம்பி, கதை சொல்லதில கெட்டிக்காரனாக்கும். இப்ப உள்ள காணிக்காரனுவளுக்குத் தெரியாத கதை நெறைய உண்டும். நீலம்மா ஈச்சம்மா கதை, பேரயம் கதை, அகஸ்தியர் வரம் குடுத்த கதை, அகஸ்தியர் சாபம் குடுத்த கதை, வட்டராயன் கதைன்னு அவன் அறியாத்த கதை இல்ல.

எனக்குத் தூக்கம் கண்ணைக் கட்டிக்கொண்டு வந்தது. மாமாவுக்குப் பக்கத்து வீடுதான். மாமாவும் ஸ்ரீகாந்தும் இரவு நெடுநேரம் பேசிக் கொண்டிருந்த சத்தம் மெலிதாய்க் கேட்டுக்கொண்டிருந்தது.

நான்காம் நாள்

இரவு நெடுநேரம் பேசிக்கொண்டிருந்ததால் காலையில் ஸ்ரீகாந்த் எழவில்லை. விடியற்காலையிலே நான் கோயிலுக்குப் போய்விட்டேன். பாப்பனங்கோடு ஸ்ரீகுமார் வரிகளில், ரவிஷங்கரின் குரலில் விளிச்சால் விளி கேழ்கும் அம்மா பாடல் ஒலித்துக்கொண்டிருந்தது. ஒலிபெருக்கியில் மலையாள அறிவிப்புகள். திருப்பள்ளி உணர்த்துதல், காலை எழுந்தருளல், பூஜை, பின்னர் அகண்ட நாம ஜெபம் தொடங்கியது. இன்று இரவு நிகழ்ச்சியாகத் தென்காசி மாணிக்கத்தின் கணியான் கூத்து, கரும்பாண்டியம்மன் கதை கூத்தாம். ராமச்சந்திரன் அண்ணன் சொன்னார். ஸ்ரீகாந்த்தைக் கண்டிப்பாகப் பார்க்க அழைத்துவர வேண்டும்.

ஸ்ரீகாந்த் எழ பத்து மணியாகிவிட்டது. குளித்து முடித்து ஹரி கடையில் அப்பமும் கடலைக்கறியும் சாப்பிட்டுக் கட்டஞ் சாயாவும் குடித்து செம்பங்காணி வீட்டுக்கு வந்தபோது மணி பதினொன்று. செம்பங்காணி, அப்பாவின் நண்பர். அப்பா இறந்தபோது கதறி அழுதவர். சுற்றுவட்டத்தில் இப்போது இருப்பவர்களில் விஷய ஞானம் உள்ள ஆள். அவரது குரல் கம்பீரமானது. வருடக்கணக்கில் பொடி போடுபவர்களின் குரலில் இருக்கும் கம்பீரம். குரல்வளையிலிருந்து வராமல் மூக்கிலிருந்து வெளிப்படும் குரலின் கனம்.

பரஸ்பர நல அன்னழிப்புகளும் அறிமுகமும் முடிந்து எங்கள் ஆய்வுகளைப் பற்றி விளக்கிக்கொண்டிருந்தோம். என்னைவிடத் தெளிவாக ஸ்ரீகாந்த் செம்பங்காணிக்குப் புரிய வைத்தான். பேச்சு இயல்பாகக் கதைகள் பக்கம் நகர்ந்தது. ஒருவேளை நானேதான் நகர்த்தியிருப்பேன். செம்பங்காணி கொளுந்து கதையிலிருந்து ஆரம்பித்தார். நீலகேசியின் பாட்டி பெயர் நீலம்மாவாக அறியப்பட்டிருப்பதால் நீலம்மா ஈச்சம்மா கதையைக் கேட்டேன்.

செம்பங்காணி மூக்குப்பொடி போட்டுக்கொண்டு ஆரம்பித்தார். அவரது குரலுக்கு இப்போது பொடியின் மணமும் கூடிவிட்டிருந்தது.

"நீலம்மையும் ஈச்சம்மையும் ஒரு அம்மைக்க மக்க. நீலம்மை இளையவ, ஈச்சம்மை மூத்தவ. ஒருநாளு காட்டுவளியா ரெண்டு பேரும் போய்க்கொண்டிருந்தினும், நீலம்மைக்க மேல குச்சன்காளி விழுது. தனக்க மேல விழுந்த தேங்காய்ப் பூவைப் பாத்து அக்காக்காரிக்கிட்ட கேக்குறா 'எடியே அக்கோ இது எங்கேண்டு விழுது.' 'அது மரத்தில ஒளிஞ்சிருக்க வண்ணான் இட்டது' அப்படின்னு சொல்லியா அக்கா. அடுத்த சாதியைச் சேந்த வண்ணான் தன்னைத் தீண்டிட்டான்னு தங்கச்சி கொறச்சல்லில, நான் இனி காணிக்குத் திரும்பலன்னு சொல்லியா. ஈச்சம்மா தங்கச்சிய எவ்வளவு வற்புறுத்தி விளிச்சும் வரமாட்டேன்னு நிக்கியா. பொறவு ஒரு குண்டு தோண்டி அதில சந்தனக்கட்டைகளை இட்டு தலையில எண்ணெய் விட்டுட்டு அக்காக்காரியைத் தலையில தீ வைச்ச சொல்லியா. 'அதெல்லாம் வேண்டாம் பிள்ளே. ஆற்றில குளிச்சா தீட்டுப் போயிரும். குளிச்சிட்டுக் காணிக்குப் போவோம்'னு ஈச்சம்மா விளிக்க. நீலம்மா தானே குழிக்குள்ள சந்தனக் கட்டையள அடுக்கி தீ வைச்சு அதில சாடி உயிரை உட்டுட்டா."

"இதுவும் தீண்டாமை பற்றிய கதையா'' நான் கேட்டேன்.

இந்தக் கதைல தென்னங்குரும்பைத் தீண்டுதல் தீட்டுன்னு பூடகமாச் சொன்னாலும் பாலியல் கொடுமை நடந்ததா புரிஞ்சிக்கணும். எங்கள் கேள்விகளுக்குப் பிறகு கதைக்கு இன்னும் சில விளக்கங்கள் அளித்தார்.

"நீலம்மா ஈச்சம்மா கோயில் எங்கயாவது இருக்கா" ஸ்ரீகாந்த் கேட்டான்.

"நீலம்மா ஈச்சம்மா கதை கதையாக மட்டுமே நிக்கிது. இன்னும் எத்தன நாளுகளுக்கு இந்தக் கதை அறியப்படும் எண்ணு தெரியேல. கதையளு

வாய்ப்பாட்டுல மட்டும் நின்னா போதாது, வழிபாட்டுல இருக்கணும். அப்பத்தான் உயிர்ப்பு இருக்கும். ஒரு கதைக்கு கத ஆளுவெ வேணும், பின்பொலம் வேணும், நல்ல கூறு வேணும், சொல் மொற வேணும், அதுக்கான எலக்கு வேணும், சிடுக்கு வேணும், கதைக்கான கொரலு வேணும் இதெல்லாம் இருந்தா கதை முழுமையா இருக்கும். இதெல்லாம் இல்லாமலும் சொல்லலாம். கதையில வீரியம் இருந்தா போரும். ஆனா ஒரு கதை காலத்தைக் கடந்து நிக்கணும்னா வேற சிலது வேணும்."

நாகதாட்சாயினி மாமி இடையில் பாணிக்கம் கொண்டு வந்தாள். அதன் இனிப்பும் புளிப்பும் மணமும் ஸ்ரீகாந்துக்குப் பிடித்துவிட்டது. மாமியிடம் இன்னொரு டம்ளர் கொடுக்கச் சொன்னேன். ஸ்ரீகாந்த் விட்ட இடத்தை செம்பங்காணிக்கு எடுத்துக்கொடுத்தான். மாமா தொடர்ந்தார்.

"கதையோட வீரியம் எப்படி வேணும்னாலும் இருக்கலாம். ஆனா அந்தக் கதை உண்மையோ கற்பனையோ அது நிலைச்சு நிக்கணும்னா அதுக்கொரு சடங்கு வேணும், ஒரு நிலம் வேணும், இங்கே இருக்கிற ஒவ்வொரு வழிபாட்டு இடங்களுக்கும் சின்னங்களுக்கும் ஒரு கதை இருக்கும். அதாவது இடத்துக்கு ஒரு கதை, கதைக்கு ஒரு இடம்...

வழிபடுற மக்களோட அதிகாரம், பொருளாதாரம், பலங்கள் ஒரு பக்கம் இருந்தாலும் கதைக்கு ஒரு வலுவான இடம் இருக்கு. கதையில்லாத இடங்களுக்குக் கதையை உருவாக்கியிருக்காங்க. ரொம்ப பிற்காலத்தில காசு குடுத்துக் கதைப்பாட்டு எழுதின வரலாறு உண்டு." செம்பங்காணி சொல்லிக்கொண்டே போனார்.

எனக்கு ஒன்றுமே பேச முடியவில்லை.

முதுகலையில் உருப்போட்டுப் பயின்ற டான் டிக்காரியோ சொல்லும் அரிஸ்டாட்டில் வலியுறுத்தும் புனைவின் கூறுகள் அப்படியே செம்பங்காணியின் வார்த்தைகளில் சிறு பிசிறுமின்றிப் பொருந்தியிருப்பதை வியப்போடு பார்த்தேன். ஸ்ரீகாந்த் கதையின் வேறு வடிவங்கள் கதைப் பாடல்கள், தும்பிப்பாட்டு, சாற்றுப்பாட்டு, கும்மிப்பாட்டு, கன்னியர்பாட்டு, சோளப்பாட்டு, மஞ்சப்பாட்டு, கிளிப்பிள்ளைப்பாட்டு, பேரயம்பாட்டு, பசனப்பாட்டு, தேரைகுந்தப்பாட்டு, கலிப்பாட்டு, கம்புதவுடிபாட்டு, கொழுந்து பட்டு, வட்டராயன் பாட்டு, பூவத்தான் பாட்டு, துள்ளுவன் பாட்டு, கொறத்திக்களி எல்லாவற்றைப் பற்றியும் பேசிக்கொண்டிருந்தான்.

எனக்கு ஒன்றுமே கேட்க முடியவில்லை.

ஸ்ரீகாந்த் ஞாபகமாய் கரும்பாண்டியம்மன் கதையைக் கேட்டு வைத்தான். செம்பங்காணி அந்தக் கதையையும் சொல்லித்தந்தார்.

களக்காடு மலைப்பகுதியில் காணி மக்களுக்கு மன்னனாக வீரமார்த்தாண்டன் எனும் ராஜன் இருந்தான். தன்னுடைய பரிவாரங்களுடன் சிங்கம்பட்டி அரசனைக் கனி காண சென்றிருந்தான். ஆண்டிற்கு ஒருமுறை அரசனைப் பரிசுப் பொருட்களுடன் பார்க்கச் செல்லும் வழக்கமே கனி காணச் செல்லுதல். தொங்குத்தேன், கொம்புத்தேன், பொந்துத்தேன் என மூவகைத் தேனும், புலித்தோல், பாம்புத்தோல் என இருவகைத் தோலும், இவற்றோடு தினை, மிளகு, காந்தாரி, குந்திரிகம், மிளா ஆகியவற்றையும் கொண்டுபோயிருந்தான். வீரமார்த்தாண்டன் நெடுநேரம் காத்திருந்தும் சிங்கம்பட்டி அரசன் அவனை அழைக்க உத்தரவு கொடுக்கவில்லை. வாயில்காப்போனிடம் தான் வந்திருந்த தகவலைச் சொல்லிய பின்பும் 'கோவணம் கட்டிய காணிக்காரன் காத்துக் கிடக்கட்டும்' என்று சிங்கம்பட்டி அரசன் சொல்லிவிட்டான். ஆத்திரம் அடைந்த காணி மன்னனும் அவன் பரிவாரங்களும் அரண்மனைக்கு வெளியே மானை வெட்டி நெருப்பிலிட்டு, மிளகிட்டு, தினை ரொட்டி செய்து உண்கின்றனர். பரிசாய்க் கொண்டுவந்த மான் தோலையும் புலித் தோலையும் எரிக்கின்றனர். தோலை எரித்த நாற்றம் அரண்மனைக்குள் பரவவே சிங்கம்பட்டி அரசன் பிணவாடை வருவதாக விசாரித்து நடந்ததை அறிந்து காணி மன்னனை அழைத்துவர உத்தரவிடுகிறான். வீரமார்த்தாண்டன் உள்ளே வந்ததும் தன்னை எதிர்க்குமளவு திமிர் வந்துவிட்டதா எனச் சினந்து உனக்குப் பலமிருந்தால் இந்த வாழைத்தண்டை வெட்டு எனச் சவால் விடுகிறார். அந்த வாழைத்தண்டின் நடுப்பகுதி ஏற்கெனவே அகற்றப்பட்டு உள்ளே இரும்புத் தூண் வைக்கப்பட்டிருந்தது. இதை அறியாத காணி மன்னன் தன் வாளால் அந்த வாழைத் தண்டை துண்டு துண்டாக வெட்டிச் சாய்த்தான். சிங்கம்பட்டி அரசன் அதிர்ச்சியில் உறைந்திருக்க, இனி கனிகாண வரமாட்டோம் எனச் சூளுரைத்துத் தன் படைகளுடன் திரும்பிவிட்டான். சிங்கம்பட்டி அரசனைப் பழிவாங்கும் பொருட்டு சிங்கம்பட்டி பகுதிக்குச் செல்லும் ஆற்றுநீரைத் தடுக்க கல்லணை கட்டுகிறான். ஆனால் அணை உடைப்பெடுத்தது. என்ன செய்தும் உடைப்பை அடைக்க முடியவில்லை. வீரமார்த்தண்டன் கனவில் தெய்வம் வந்து, உனது அக்கா மகள் பாண்டியைப் பலி கொடுத்தால் அணை நிற்கும், ஆற்றுநீர் திசை திரும்பிவிடும் என்று சொல்ல, மன்னன் தன் மருமகள் பாண்டியம்மாவை நடு ஆற்றில் நிறுத்தித்

தலையை வெட்டி நரபலி கொடுத்தான். கரும்பாண்டியம்மாவின் தலை குரவையிட்டுக்கொண்டே ஆறெல்லாம் சுற்றி களக்காட்டில் வந்து நின்றது. அந்த இடம் 'தலையணை' என்று இப்போது அழைக்கப்படுகிறது. கரும்பாண்டி தலை சுற்றிவந்த இடங்களெல்லாம் வீரமார்த்தாண்டன் தனது இடங்களாக அறிவித்தான். ஆற்று நீர் வராமல் சிங்கம்பட்டி வறண்டு செழிப்பற்றுப் போனது. பாண்டி கரும்பாண்டியம்மனாக வணங்கப்படுகிறாள்.

விடைபெற்று வீட்டுக்கு வந்து நெடுநேரம் பல யோசனைகள். ஜெயகாந்தனின் 'அக்கினிப்பிரவேசம்' கதைகூட சிந்தனையில் வந்துபோனது. எல்லாக் கதைகளிலும் முரண்கள், மோதல்கள் இருந்தே தீரும் என்று சொல்வார்கள். முரண்களற்ற கதைகள் சாத்தியமா? அப்படிப் பலரும் பரிசோதனை செய்திருப்பதாக விஜயன் அண்ணன் ஒருமுறை சொன்னார். ஆனால், அவற்றில் வெகுசில கதைகளே சுவாரசியமானவை. தர்க்கமற்ற, மையமற்ற, ஒரு கருத்தை வலியுறுத்தாத, இயற்கை மீறிய, மாயாஜால, மாய யதார்த்த, தெய்வீகக் கதைகளில் முரண்கள் இடம்பெறாவிட்டாலும் சுவாரசியம் குன்றாது. தெய்வீகக் கதைகளின் நன்மை தீமை முரணும், நன்மை வெல்லும் முடிவும் எப்படியும் இடம்பெற்றுவிடும். முரண்களின் வரிசைக்கிரமம்தான் சொல்லப்போனால் கதைகளின் உயிர்நாடி. ஆனால், விஷயம் தெரிந்த கதையாளன் அதை மீற முடியும்.

ஸ்ரீஜித் வந்து அழைத்த பிறகுதான் கண்விழித்தோம். மாலையாகியிருந்தது. மதியம் இரண்டு பாயாசம் பப்படத்தோடு அருமையான சத்யை சாப்பாடு.

கோயில் வளாகத்தில் நல்லக் கூட்டம். மலையாள அறிவிப்புகள், ஆங்காங்கே தமிழ், மலையாளக் குரல்கள், எங்கும் கேட்டுக்கொண்டிருக்கும் நாஞ்சில் நாட்டுத் தமிழ் போலல்லாமல் மலையாளம் போல் தெரியும் ஆதித்தமிழான மேற்குக் குமரியின் பிரத்தியேக வட்டார மொழி. திருவிழாக் கடைகள்... கொஞ்ச நேரம் இளம்பெண்களை நோட்டம்விட்டு நண்பர்களோடு சுற்றிவிட்டு கணியான் கூத்துக்கு வந்தமர்ந்தோம்.

அற்புதமான அந்தக் கதையைப் பாடலாக இசையோடு இருவர் பாடினார்கள். அண்ணாவிகள். பாட்டோடு விளக்கமும் இடையிடையே வந்தது. தப்பட்டை அடியும், தாளமேளங்களும் உடன் இசையாக. பாட்டுக்கு ஏற்றார்போல தாளம் அடிக்க - பெண் வேடமிட்ட இருவர் அழகாக

வளைந்து, நெளிந்து, குழைந்து, குதித்து, சுழன்று ஆடியும் ஓடியும் ஒயில் நடனமாடினார்கள். பாட்டும் ஆட்டமும் உச்சகட்டத்தில் இருக்கும்போது கோயிலில் பூஜை நடந்தது. சுமார் ஒருமணிநேரம் கடந்து கூத்து முடிந்தது.

இனவரைவியல் வகுப்பில் சக்திவேல் சார் அடிக்கடிச் சொல்வார். "ஒரு நிகழ்த்துக்கலையைக் கலை நிகழும் சூழலில் கண்ணுற வேண்டும். மேடை நிகழ்வாக அதைக் காண்பதற்கும் சூழலில் காண்பதற்கும் பாரிய வித்தியாசம் உண்டு."

ஸ்ரீகாந்த், "கணியான் கூத்து திருநெல்வேலி, தென்காசி, தூத்துக்குடி, குமரியில் பல இடங்களில் நடந்தாலும் நீலகேசி கோயிலில் அது வேறு வடிவைக் கொள்கிறது" என்றான். அரவான் படுகளம் நடைபெறும் எல்லா இடங்களையும்விட கூவாகம் கூத்தாண்டவர் கோயிலில் அது நடைபெறும்போது அதன் பொருளே வேறாகிவிடுகிறதுதானே. "அதை நேர்ல பார்த்தா நெஞ்சு விம்மி அழுதிடுவோம் சேட்டா" ஸ்ரீகாந்த் சொல்வது உண்மைதான். பகுத்தறிவுக்கு ஆட்படாத உணர்ச்சி மேலிடும் தருணங்கள் வழிபாட்டுச் சடங்குகளில் உண்டு. தக்கலை பீரப்பா தைக்காவில் கைகளை நெஞ்சோடு அணைத்துக் கண்ணீர் வழிய ஞானப்புகழ்ச்சி இரவு முற்றோதல் நிகழ்வைக் கேட்கும் வயதான தாத்தாக்களைப் பார்த்திருக்கிறேன். ராஜாவூரில் கொடிக்கம்பத்தைக் கட்டிக்கொண்டு மனம்பிறழ்ந்து உருகி வேண்டும் ஆட்களைக் கண்டிருக்கிறேன். ஆத்தங்கரைப் பள்ளிவாசலில் பள்ளியின் பின்புறச் சுவரில் தலையை மோதியபடி இரவு முழுக்க அழுதுகொண்டே தொழும் தாய்மார்களையும் பார்த்திருக்கிறேன்.

நாங்கள் முடிப்புரை அருகே வந்தபோது குருத்தோலையில் செய்த வாள், கேடயம், கிரீடம் வைத்து கணியர்குல பூசாரி ஒருவர் அற்புதமான ஒரு நடனக்கூத்தைத் தனியே நடத்திக்கொண்டிருந்தார். பூசாரிகள் எல்லோரும் அம்மன் முன் முடிப்புரை சன்னதியில் கைகளை மயிலின் தோகைபோல் விசிறியபடி கும்பிட்டுக்கொண்டிருந்தனர். பிரத்தியேகமான இந்த வணக்கமுறை முடிப்புரைகளில் மட்டும் காணக்கூடியது. அந்தச் சைகை முடியைக் குறிப்பதுபோலவே இருந்தது. நான் ஒரு தடவை அந்தச் சைகையைச் செய்து பார்த்தேன். என்னைப் பின்தொடர்ந்து ஸ்ரீகாந்தும். சற்று நேரத்தில் அதுவே ஒரு விளையாட்டாகி வீடுவரை அதைச் செய்து பார்த்தபடி வந்து சேர்ந்தோம்.

ஐந்தாம் நாள்

ஞாயிற்றுக்கிழமை எல்லோருமாய் சேர்ந்து வருவதாகக் காலை பத்து மணிக்குத் தயாராகி "சேட்டா நான் இடையில வந்ததால நீலகேசி அம்மன் கதை கொஞ்சம்தான் தெரியும். அடுத்து வரும்போது அம்மனோட கதையை முழுசாக் கேக்குறேன்." ஸ்ரீகாந்த் கிளம்பிவிட்டான்.

"என்னைவிட விஜயன் அண்ணன் அழகா சொல்லுவாரு, அவருகிட்ட கேளு" என்றேன் புன்னகையோடு.

சட்டென ஒரு தனிமை அப்பிக்கொண்டது. குளக்கரைப் படிக்கட்டுகள் கண்முன் வந்து மறைந்தது. தலையை உலுக்கி இயல்புக்கு வந்தேன். கோயிலுக்குப் போய் நேரம் போக்கிவிடலாம் எனக் குளித்துத் தயாரானபோது கொச்சுத்தம்பி மாமா வீட்டில் காலை உணவுக்கு அழைத்தார்கள். நெடு நாட்களுக்குப் பிறகு கப்பையும் இடி சம்மந்தியும். சாப்பிட்ட உடன் மாமா கருப்பட்டி காப்பி எடுத்துவந்தார். நான் பொதுவாக உணவோ பலகாரமோ சாப்பிட்டுவிட்டு வாய்க்கொப்புளித்த பின் ஒரு டம்ளர் தண்ணி குடித்துவிட்டுத்தான் சாயாவோ காப்பியோ குடிப்பது. அது வேறு சுவை, இது வேறு சுவை. கருப்பட்டி காப்பி குடித்ததும் மனது சுறுசுறுப்படைந்துவிட்டது. இன்று வெள்ளிக்கிழமை கோயிலில் மதியம் சிறப்பு பூஜை உண்டு. அங்கேயே அன்னதானமும். நாள் முழுதும் கோயிலிலேயே இருந்துவிடலாம்.

பாண்டிக் காணிகள் என்று இங்கு வரும் பூஜாரிகளை அழைப்பதன் தாத்பரியம் குறித்து யோசித்துக்கொண்டிருந்தேன். அப்பா இதைப் பற்றி எனக்குச் சொல்லியிருக்கிறார். கணிப்பறையர் என்று அழைக்கப்பட்டாலும் அவர்களும் எங்கள் பங்காளிகள்தான். இன்றைய தேதியில் தாழக்குடி, வடக்கன்குளம், வள்ளியூர், ஸ்ரீவைகுண்டம், தச்சநல்லூர் ஆகிய இடங்களில் வசித்துவரும் காணி மக்கள் பெரும்பாலானவர்களின் பூர்வீகம் உண்மையில் குமரி மாவட்டம்தான். ஒருசிலர் பாபநாசத்தைச் சேர்ந்தவர்கள். அரசு நிர்வாகப் பிரிவுக்குத்தான் இந்த வட்டம், மாவட்டம் எல்லாம். "மலை மக்களுக்கு என்ன திருநெல்வேலி, கன்னியாகுமாரி. மலை ஏறி எறங்குனா பங்காளி வீடு." அப்பா சொல்லுவார். அவர்கள் இங்கிருந்து பாண்டிக்குச் சென்றதற்கும் இப்போது அம்மையிறக்கத் திருவிழாவுக்குப் பூஜாரிகளாக வருவதற்கும் பின்னால் ஒரு பெரிய கதை இருக்கிறது.

நீலகேசி அம்மன் கோயில் உருவான பின் எல்லா காணி மக்களும் ஒற்றுமையாய் நாயர் மக்களோடு இணைந்து விழாவை நடத்திக் கொண்டிருந்தனர். நாற்பத்தொரு நாட்கள் விரதமிருந்து முடி எடுப்பார்கள். முடிப்புரையில் எல்லாப் பூஜை சடங்குகளும் இவர்கள் தலைமையில்தான். நாயர் மக்கள் தேவையான பொருட்கள் வாங்கிப் படைப்பதோடு சரி. முந்நூறு ஆண்டுகளுக்கு முன் ஒரு சம்பவம் நடந்தது. அதுதான் காணி மக்களில் ஒரு பிரிவை பாண்டி நாட்டுக்குக் குடிபோகும்படி ஆக்கியது.

கொடை விழாவின் நிறைவு நாளான பத்தாவது நாளில் தாருகனை நீலகேசி அம்மன் வதம் செய்யும் நிகழ்ச்சி நடைபெறும். தாருகவதம் நடைபெறும் களத்தில் அம்மையின் உருவம் எழுதப்பட்டிருக்கும். களமெழுத்து என்று சொல்லபடும் அதில் அம்மன் இடக்கையில் தாருகனின் தலையோடும் வலக்கையில் வாளோடும் இருக்கும் உருவம் வண்ணப் பொடிகளால் வரையப்பட்டிருக்கும்.

தாருக வதம் கூத்தாகவும் நிகழ்த்தப்படும். காணி இனத்திலிருந்து ஒருவர் பெண் வேடமிட்டு அம்மனாகவும், ஆண் வேடமிட்டுத் தாருகனாகவும் வத யுத்தத்தை நிகழ்த்துவார்கள். அம்மன் வேடமிட்டவர் வாளோடு ஆவேசமாகப் புறப்படுவார். அப்போது தாருகன் வேடமிட்டவர் தலை குனிந்து பலிபீடத்தில் நிறுத்தப்பட்டிருப்பார். அம்மா தலையை வெட்ட வாளை ஓங்கும்போது அவருக்குப் பதில் ஆட்டுக்கிடாவைச் சரியான நேரத்தில் மாற்றிவிடுவார்கள்.

இருநூறு ஆண்டுகளுக்கு முன் ஒருமுறை தாருகன் வதம் நாளன்று இதேபோல் வாளோடு அம்மன் வேடமிட்டவர் புறப்பட்டுப் பலிபீடத்துக்கு வருகையில் நீலகேசி அம்மன் வேடமிட்டவரின் உடலில் அருள் இறங்கியிருக்கிறது. ஆவேசத்தில் ஆட்டுக்கிடாவை மாற்றுமுன் தாருகன் வேடமிட்டவரின் தலையை நிஜமாகவே துண்டாக்கிவிட்டார். வெட்டியவர் சித்தப்பா மகன், வெட்டப்பட்டவர் பெரியப்பா மகன் உறவு. பங்காளி வேண்டுமென்றே முன்பகையில் வெட்டியதாகச் சண்டைப் போட்டு இனிமேல் இங்கு வாழ முடியாது என்று அந்தக் குடும்பமும் உறவுகளுடன் தாழக்குடிக்குக் குடியேறிவிட்டது. அடுத்த கொடைவிழாவின்போது காணி மக்களின் இந்தப் பிணக்கால் பூஜைகள் நிறுத்தப்பட்டுத் திருவிழா நடைபெறாமல் போனது. இதன் இணைக்கோயில்களான கொல்லங்கோடிலும் வெள்ளாணியிலும் முடி எடுக்க முடியாமல் கொடைகள் நடத்த முடியவில்லை. தாய்க்கோயிலான இட்டகவேலியில் திருவிழா நடைபெறாமல் இந்தக் கோயில்களிலும் கொடைகள் நடத்த முடியாது என ஜோசியர்கள் குறி சொல்ல காணி குடும்பங்களின் பிணக்கு தீர்த்து ஒன்றிணைக்க ஊர்மக்கள் முடிவெடுத்தனர். தாழக்குடிக்குக் குடிபோன கணியான்களிடம் சமாதானம் பேசி வரவழைத்திருக்கிறார்கள். ஆனால், ‘விழாவுக்கு வருவதோடு நிறுத்திக்கொள்கிறோம். இனி இட்டகவேலியில் வசிக்க மாட்டோம்’ என்று தாழக்குடியிலேயே வசித்துவருகிறார்கள். விழா நாட்களில் இப்போதும் அவர்களுக்கே முன்னுரிமை. முதல் நாள் அவர்களை வரவேற்று இறுதி நாள் வழியனுப்புவதுவரை ஐதீகங்கள் பின்பற்றப்படுகின்றன.

யோசனையில் ஆழ்ந்திருந்த எனக்கு ரொம்ப நாளாய்த் தேடிக்கொண்டிருந்த அச்சுதன் சிற்றப்பன் கண்முன் போய்க்கொண்டிருந்தது உறைக்கவில்லை. சிற்றப்பன் கிளம்பி ரோட்டுக்குப் போன பிறகு பின்னாலேயே துரத்தி அழைத்தேன்.

“டேய் மது எப்படி இருக்கே. சரி வா… இன்னைக்கு உச்சைக்கு ஊணு எனக்கக் கூட ஆவட்டு”

“இல்ல சிற்றப்போ கோயில்ல அன்னதானம் உண்ணலாம்னு…”

“எண்ணெங்கிலும் காணியதில்லா மது. பவுறு காட்டாத வா”

அதற்கு மேல் சிற்றப்பனிடம் விவாதிக்க முடியாது. அதுவில்லாமல் என் உறவினர்கள், ஊர்க்காரர்கள் எல்லோரும் நெடுநாட்களுக்குப் பிறகு பார்த்தால் சாப்பிடச் சொல்லி வற்புறுத்துவார்கள். மறுத்தால் அவமானமாகக் கருதுவிடுவார்கள். அதற்காகவே பார்த்தாலும் பார்க்காமல் தவிர்ப்பதுண்டு. ஆனால், அச்சுதன் சிற்றப்பனிடம் நெடுநாள் சந்தேகம் ஒன்றைக் கேட்க வேண்டும். பொதுவாக வயதான ஒவ்வொருவரும் நடமாடும் கதைக் களஞ்சியங்கள்தானென்றாலும் எனது உறவுகளில் பலரும் எம் நிலத்தின் ஆதிக்கதைகளில் விற்பன்னர்கள். சொல்ல இயலாத, எழுத வாய்ப்பமையாத எங்க்ள் வரலாற்றினைக் கதைகளில் சுமந்து திரிபவர்கள்.

மத்திச்சாளைக் கறியும் பொரிப்பும் கூட நெத்திலி அவியல் கூட்டும். ஒருநாளும் இல்லாமல் ரெண்டு முறை சோறு கேட்டுத் தின்றேன். வீட்டுக்கு வெளியே கயிற்றுக் கட்டிலில் அமர்ந்து ஆசுவாசமாய் பழைய கதைகளைச் சிற்றப்பனிடம் கேட்க ஆரம்பித்தேன்.

"சிற்றப்பா இந்தக் கொல்லங்கோடு கோயில் எப்படி நம்ம நீலகேசி ஷேத்ரத்துக்குக் கூட வந்துது சிற்றப்பன் சொல்லணும்."

"இட்டகவேலி கொல்லங்கோடு வெள்ளாணி மூணு கோயிலும் கூட்டுக் கோயில்களாக்கும். இப்ப பத்ரகாளி கோயில்களுன்னு சொன்னாலும் அது நம்ம நீலகேசி அம்மனுக்கக் குடும்ப கோயில்களாக்கும். அம்மை முத்தச்சி புத்திரி கோயில்கள்னாக்கும் நாங்க எங்க காலத்தில சொல்லியது. தமிழ்நாடு முழுசிலையும் தூக்கத் திருவிழா நடக்கது இந்த மூணு கோயில்ல மட்டும்தான். நீலகேசிக்க அம்மா கொல்லங்கோடிலையும் பாட்டி வெள்ளாயினியிலையும் இருக்கதாட்டாக்கும் ஐதீகம். தூக்கம், தாருக யுத்தம், முடி எடுத்தல் மூணு கோயிலையும் உண்டும். இங்க இட்டகவேலியில மூணு முடி பாத்திருக்க இல்லா வலப்பக்கம் பாட்டி, நடுக்க நீலகேசி அம்மை, இடப்பக்கம் அவளுக்க அம்மை."

"கொல்லங்கோடு தெரியும்... வெள்ளாயினிக்குப் போனதில்ல."

"இப்ப ஆரும் அங்க போறதில்ல. களியக்காவிளைக்குப் பக்கத்தில மூவோட்டுகோணம் ஒரு இடத்தில இருக்கு. நாங்க பழைய ஆளுவ கொஞ்ச நாளா போயிட்டிருந்தோம். நாங்க வெள்ளாணின்னு சொல்லுவோம். சின்ன அளவில தூக்கம் நடக்கும். இருபத்தஞ்சடி வில்லு. கொல்லங்கோடுல

நாப்பத்தஞ்சடி வில்லாக்கும். பெரிய தூக்கமும் உதிரி தூக்கமும் நடக்கும். மூவோட்டுக் கோணம்... மூவோடு... மூணு ஓடு... மூணு கூரை... அம்மா மக பாட்டி இருக்கிற கூரை. அப்படியாக்கும் பேரு."

"கொல்லங்கோடு?"

"கலிங்கப் போரில் தோத்து, சிறையெடுக்கப்பட்ட மக்களுக்குக் கிருஷ்ணராஜபுரம் ஊரை ராஜா குடுத்ததாவும் அந்த மக்களுக்க பூர்வ கடவுள் துர்கையம்மனை இங்க பத்ரகாளியாக வழிபடுவதாட்டும் ஒரு கதை உண்டும். நம்ம நீலகேசி இல்லாம அதுக்கு வேறொரு கதையும் உண்டு."

கொல்லங்கோடு வட்டவிளைல இருக்கது மூலக்கோயில். வெங்ககஞ்சில இருக்கது தூக்கத் திருவிழாவுக்குன்னே உள்ள கோயில். வருஷத்துக்கு ஆயிரத்துக்குமேல தூக்கம் நடக்கும் இல்லையா அதான் பெரிய இடமாட்டுக் கோயில். அங்க இன்னொரு கதை சொல்லினும்.

"அனந்தி, பொன்னி இருவரும் அக்கா தங்கச்சி. புலைய சமுதாய பிள்ளைங்க... அனந்திக்கும் நாயர் சாதிக்காரன் ஒருத்தனுக்கும் சிநேகம். அதுல அனந்திக்கு வயித்தில உண்டாயிட்டு. நாயர் கண்டுக்கிடல... பிள்ள பெறந்த பெறவு பிள்ளையையும் தூக்கிட்டு அக்காளும் தங்கச்சியும் நாயர் வீட்டுக்கு நியாயம் கேக்க போறாவ. அங்க வச்சு அனந்தியையும் பொன்னியையும் கொன்னுபோட்டுட்டாங்க... மாபாவிய... பெறவு இந்த மாரி கொல்லப்பட்ட பெண்ணுவளைத் தெய்வமா மாத்துவானுவளே. அப்படிக் கோயில் வந்திட்டு. பெண்ணுவதான் இந்தக் கோயிலுக்கு அதிகமா வாறது. பிள்ளை வரம் கேட்டும், பிள்ளைக்குச் சுகக்கேடு வரப்படாதின்னும் வேண்டுதல் நடக்கும். அதுல உச்சகட்டம்தான் தூக்க வில் நேர்ச்சை. நாப்பத்தெட்டு அடில இரண்டு வில்லு, இரண்டும் இரண்டும் நாலுபேரு. நாப்பத்தொரு நாள் விரதம் இருந்து தூக்கக்காரங்க குழந்தைகளை வாங்கி நெஞ்சோட கச்சை கட்டி கோயில சுத்தி வலம் வருவாங்க."

"இங்கயும் சாமி சிலை கெடயாதில்லா?"

"ஆமா முடிப்புரை கோயில். முடின்னா விசிறி போல அரைவட்டவடிவில் மரத்தில பூ மாதிரி வடிவங்கள் செதுக்கப்பட்டிருக்கும். பாக்கிறதுக்கு ஒரே மாதிரி இருந்தாலும் இங்க நாகங்கள் செதுக்கியிருப்பாங்க... இட்டகவேலியில மயில்பீலி... இரண்டுமே ஒன்னுதானான்னும் தெரியாது.

ஆனா இட்டகவேலி கோயிலுக்கும் கொல்லங்கோடு வெள்ளாணி கோயிலுக்கும் உள்ள தொடர்பு என்னன்னா இட்டகவேலி ஏழாம் திருவிழா முடிஞ்சு அடுத்த நாள் மீன பரணி அன்னைக்கு கொல்லங்கோடு திருவிழா. அன்னைக்கு அம்மனோட பெறந்த நாள்ன்னு சொல்லுவாவ. அது முடிஞ்சதும் வெள்ளாயினி கோயில் திருவிழா."

"அனந்தி பொன்னி கதை ஆனா, நீலம்மா ஈச்சம்மா கதை மாதிரியே இருக்கு."

"ஆமா. நம்ம மாவட்டத்தில மட்டுமில்ல எல்லா இடத்திலையும் அரசனாலயோ பண்ணையாரலயோ அல்லது வேற ஆதிக்கச் சமூகத்துக்கு ஆளாலயோ அக்கா தங்கச்சி கொல்லப்பட்ட கதை நெறைய இருக்கு. தங்கம்மா தாயம்மா, கீழப்பறையன்கால், மேலப்பறயன்கால் ஏக்கியன்னு இன்னும் சொல்லிட்டே போலாம். ஆனா ஒருவிஷயம் சொல்லுவேன். இந்த மூணு கோயிலும் சாதாரண பெண்ணுங்களைக் கொன்னு அவங்க ஞாபகமா கட்டுன கோயில்தான். இப்ப உள்ள கதையள நம்பக்கொள்ளாது. அடிச்சி சொல்லுவேன். நீலகேசி காணிக்காரிதான்."

நெடுநேரம் கதை சொல்லிக்கொண்டிருந்த சிற்றப்பன் கொட்டாவி விட ஆரம்பித்தார். பாவம் காலை நாலு மணிக்கே முழிப்பவர்கள். நான் விடைபெற்றேன்.

வீட்டுக்குப் போகாமல் பறம்புக் குளத்துக்கு நடந்தேன். ஊருக்கு வரும்போதெல்லாம் தனிமையோ துயரோ நேரும்போதெல்லாம் கால்கள் பறம்புக் குளத்துக்கே கூட்டிச் செல்லும். இன்று துயரா தனிமையா என அறியாத உணர்வுப் பெருக்கு என்னை ஆட்கொண்டது. கண்ணை மூடி குளக்கரையின் படிக்கட்டுச் சுவரில் படுத்துக்கொண்டேன். இந்த மண் முழுக்கக் கொல்லப்பட்ட பெண்கள் என்னைச் சுற்றிவந்து விரிசடையோடு ஆடிக்கொண்டேயிருந்தார்கள்.

ஆறாம் நாள்

வெளுப்பாங்காலையிலேயே விழிப்புத் தட்டிவிட்டது. அம்பலத்தில் உணர்த்துதல், எழுந்தருளல், எல்லாம் கழிந்து அகண்ட நாம ஜெபம் நடந்துகொண்டிருந்ததைக் கேட்க முடிந்தது. இட்டகவேலி அம்மையைப் பாடும் ஜெயஸ்ரீயின் மலையாளப் பாடல்கள் தூரத்தில் ஒலிக்கத் தொடங்கின. அதற்கு மேலும் எனக்கு உறக்கம் கொள்ளவில்லை.

பெண் தெய்வங்கள் எப்போது முளைக்கத் தொடங்கின? இல்லை கேள்வி ஆண் தெய்வங்கள் என்று இருக்க வேண்டுமோ. மூத்த தாய், மூதேவி, ஜேஷ்டா தேவி, ஆதித்தாய் வழிபாடுகள் உலகம் முழுக்க உள்ளவை. அழித்தலும் காத்தலும் படைத்தலுமான தொன்மையான வளமைச் சடங்குகளின் மூலமானவள், பிரபஞ் சத்தின் ஆதார சக்தியானவள், ப்ரகிருதியையும், மாயாவையும் தோற்றுவிப்பவள், எல்லாமுமாய் இருந்தவள் எப்போது ஒதுக்கி வைக்கப்பட்டாள். சமூக அமைப்பில் மாற்றம் ஏற்பட்டு விவசாய உருவாக்கம், தனியுடைமை தொடர்ந்து தந்தைவழி இப்படித்தான் ஆண் தெய்வங்கள் உருவாகியிருக்க வேண்டுமோ. மருதநில வீரயுகக் கதைகள், போர்க்கதைகள், இவற்றின் நாயகர்கள் மெல்ல தெய்வங்கள் ஆனார்களா? குழந்தைப் பேறோடும், வீட்டுப் பராமரிப்போடும் பெண்களைக் கட்டுப்படுத்திக்கொண்ட பின் அவர்களால் தெய்வ நிலைகளில் இடம்பெற முடியவில்லையோ?

ஏழாம் நூற்றாண்டு பக்தி காலகட்டத்தின் மாற்றமா? பத்தாம் நூற்றாண்டுக்குப் பிறகுதான் பெரும்கோயில்களில் தாயார் சன்னதிகள் வந்ததாக ஆய்வாளர்கள் சொல்லியிருந்தது என்ன விதமான அரசியல். பெரும்தெய்வங்களுக்குக் கல்யாண குணம் தந்த பக்தியியக்க இரண்டாம் அலையின் மாற்றமா? அதுவரை தத்துவ தளத்தில் மட்டுமே பெண் தெய்வங்கள் முயங்கினார்களா? ஆனால், நான் அறிந்து பெண் தெய்வங்கள் மிக நீண்ட தொடர்ச்சி. அவை இடையில் முளைக்கவில்லை, தொலையவுமில்லை. தமிழ் கொற்றவை, பௌத்த தாராதேவி, சமணத்தின் பகவதிகள், சாக்தத்தின் சக்தி, ஏழு கன்னிமார், ஏன் கிறித்தவ மாதா, நாட்டார் இசுலாமிய ஏழு தாய்மார்கள் வரை எந்த விடுபடல்களும் இல்லை.

தனிக் குடும்பங்களில் தனித்தனிக் கன்னி வழிபாடுகள் போக வட்டாரங்களில் பெரும்பாலும் பெண் தெய்வ வழிபாட்டையே பார்த்திருக்கிறேன். பெருமிதக் கொலைகள், சமூக மீறல் கொலைகள், வன்புணர்வு போன்ற குற்றப்பலிகள், நரபலி, தீப்பாய்தல் போன்ற சடங்கியல் கொலைகள் இவற்றின் இரைகள். இவர்கள் எல்லோரும் கொல்லப்பட்டபோது உச்சகட்ட வெறுப்பின், அருவருப்பின் அடிப்படையில் பழிவாங்கப்பட்டிருப்பார்கள். உலக்கையால் அடித்துக் கொல்லப்பட்ட கதைகள் கூட உலவுகின்றன. ஆனால், எந்தக் கணத்தில் இவர்கள் தெய்வமாகிறார்கள்? எதனால் தெய்வமாக்கப்படுகிறார்கள்? நம்பிக்கை, பயம், குற்ற உணர்வு, வம்சாவழி சாபம் தடுத்தல்... பல காரணங்கள் இருக்கலாம்.

மனிதர்கள் வாழ்வுக்கும் சாவுக்கும் பயப்படுபவர்கள். அவர்களைக் குற்ற உணர்வு கொள்ளச் செய்வது எளிது. மனித உளவியலில், பயம் குற்ற உணர்வுக்கு அடிப்படையா, குற்ற உணர்வு பயத்துக்கு அடிப்படையா எனப் பிரித்தறிய முடியாது. ஃபியர் அண்ட் ஷேம் என்று முதல் பாவம் குறித்து விவிலியக் குறிப்புகளின் விளக்கவுரைகள் பேசும். விதி மீறல் பாவமாகக் கருதப்படுகிறது. கடவுளின் மனசாட்சியின் கட்டளைகள் மீறப்பட்டால் மனிதன் பயமோ குற்ற உணர்வோ அடைவான்.

குற்றத்தின் பாவத்தின் விளைவுகளாக மேற்கின் உணர்வாகக் குற்ற உணர்வும், கிழக்கின் உணர்வாக அவமானம் அல்லது பயமும் சொல்லப்படுகிறது. ஆதாமும் ஏவாளும் பயந்ததாக ஆதியாகமம் விவரிக்கிறது. பாவம் பிடிபட்டு நிர்வாணிகளாய் வெளிப்படுத்தப்பட்டதால்

விளைவைக் கண்டு பயந்தனர். நடக்கக்கூடாதது நடந்துவிட்டதை உணர்ந்து பயந்தனர். கீழ்ப்படிதலிலிருந்து விலகியதால் கடவுளோடான உறவு முறிந்து போய்விடுவதை எதிர்கொள்ள அச்சமடைந்தனர். பயத்தின் விளைவாய் பழிபோடலும் தொடர்ந்தது. அத்தி இலைகளைக் கொண்டு நிர்வாணத்தை மறைத்த ஆதமுக்கும் ஏவாளுக்கும் கடவுள் மிருகங்களைக் கொன்று ஆடைகளை அணிவித்தார். அவர்கள் நிர்வாணத்தை ஒரு பலியால் மறைத்தார். கிழக்கிலும் மேற்கிலும் இதுவே எல்லா மதங்களிலும் அடிப்படையான பரிகார நியதி. இப்போதும் அப்பமும் திராட்சை ரசமும் குறியீடாய் உணர்த்துவது பலியைத்தானே. பலியான மிருகங்கள் செய்த பாவமென்ன? ஆனால், சமூக விதி மீறல்கள் கடும் தண்டனைக்குரியவை. மீறலுக்கு எளிய தண்டனை, இடம்விட்டுத் துரத்தப்படுதல். ஆதாமுக்கும் ஏவாளுக்கும் நடந்ததுபோல. அதிகபட்சம் கொலை. அது பின்வருபவருக்குப் படிப்பினையாக, சமூகக் கட்டளையாக நிலைத்து நிற்கும். மானுட குலத்தில் பிறந்ததாலேயே தன்னைப் பாவம் செய்தவராகக் கருதி குற்றவுணர்வூட்டும் தத்துவார்த்தங்களும் இங்குண்டு.

ஒரு தீங்கும் செய்யாத பெண்களை ஏதோ காரணங்களுக்காகக் கொன்று அவர்களைத் தெய்வமாக்கி வழிபடும் மனநிலை அனிமிசம், அனிமாடிசம் தொடர்பான பழங்குடிச் சடங்கின் எச்சமாகயிருக்குமோ. ஆனால், இதில் ஒரு சமூகக் காரணகாரியம் இருப்பதை மறுப்பதற்கில்லை. கொல்லப்படும் உயிர்கள் எளிமையானவர்கள். ஒரே நேரத்தில் சமூகத்துக்கு ஓர் எச்சரிக்கை. எளியவர்களின் தரப்பிலிருந்து எதிர்ப்புக் கிளம்பாமலிருக்கக் கொல்லப்பட்டவரையே தெய்வமாக்கி ஒரு தடுப்பு, கொன்றவர்களும் அவர்களை வழிபடுவதன்மூலம் குற்றவுணர்விலிருந்து விடுபடல். பெரும் வெடிப்பை அடைக்கும் சிறு விசையாய்ப் பாதிக்கப்பட்டவர்களுக்குப் பொறுப்பை வழங்குதல். நாட்டபட அதில் ஒரு பகுதியாய் எல்லாவற்றையும் குறியீடாக்குதல். கொல்லப்பட்ட கதை ஒரு நாடகீய தளத்திற்கு நகர்த்தப்பட்டு, பழைய கதைகளுக்கு ஒரு பௌதீக வடிவம் கொடுக்கப்படுகிறது, அது சடங்காகக் குறியீட்டுத் தளத்திற்கு மாற்றப்படுகிறது. நாளடைவில் அதன் உக்கிரம், அந்தத் தரப்பின் பழிவாங்கல், இரத்தவெறி எல்லாம் மட்டுப்படுத்தப்பட்டு முழுக்கக் குறியீட்டு வெளியில் நிலைநிறுத்தப்படுகிறது. எத்தனை நுட்பமான சமூக உளவியல். ஆனால், சமூக வரலாறோ எழுதப்பட்ட வரலாற்றின், எழுதப்படாத கதைகளின் இடைவெளிகளில் வாழ்கிறது.

இந்த ஆய்வின் வழி நான் என்னைச் சுயபரிசோதனை செய்துகொண்டேன். காலங்களுக்கு முன் எனது சொந்த ஊராக இருந்த இட்டகவேலியில் ஒரு கோயில். அதில் என் சமூகத்தைச் சம்பந்தப்படுத்தி ஒரு கதை. முதலில் என் கல்வியின் பொருட்டு மட்டுமே இந்த ஆய்வைத் தேர்வு செய்து பின் ஆய்வு முறையியலில் ஈமிக் ஈட்டிக் எனப்படும் சொந்த ஆள் - வேற்றாள் ஆய்வுக் கோட்பாடுகளைக் கைகொண்டு என் உள்ளுணர்வின் வழிகாட்டலில் தயக்கங்களை விட்டொழித்தேன். நான் அதே சமூகத்தைச் சேர்ந்த ஆள்தான். தனிப்பட்ட என் ஆய்வில் என் அரசியல் அறிவில் சமூக வரலாற்றை என்னளவில் தெளிவாகப் பதிவு செய்யவே விரும்புகிறேன். எந்தச் சார்புமற்று என்னும் பாவனைகள் என்னிடம் இல்லை. ஆனாலும் எனக்கொரு சாய்வுண்டு. அது அரசியல் தாண்டிப் புனைவுகள் மீதான என் விருப்பம். கல்லூரி முதுகலையிலிருந்தே கார்லோஸ் காஸ்டநேடா மேல் எனக்கொரு பெரும் ஈர்ப்புண்டு. டான் ஹுவானை வைத்து அவர் கற்பனையில் கட்டிய இனவரைவியல் பயணங்கள் எனக்கு ஆதர்ஷம். “என் நண்பனே மரணம் வேட்டைக்காரனாக இருக்கும் இவ்வுலகில் சந்தேகங்களுக்கும் வருத்தங்களுக்கும் இடமில்லை. முடிவெடுத்தல்களுக்கு மட்டுமே நமக்கு நேரமிருக்கிறது.'' கார்லோசின் இந்த மேற்கோளைத் தயக்கங்கள் வரும்போதெல்லாம் நினைத்துக்கொள்வேன். மெக்சிகோவின் ஷாமனிச மரபு அனுபவங்களை நான் தமிழ் மரபோடு பொருத்திப் பார்த்துச் சிறிதாய் எழுதியதும் உண்டு. அவரது முறையியல் சரியா தவறா... எனக்கு அக்கறையில்லை. அதை ஆய்வு எனச் சொல்லக்கூடாது, புனைவு என்றே சொல்ல வேண்டும் என நடந்த விவாதங்கள் குறித்தும் எனக்கு அக்கறையில்லை. அது தரும் படைப்பூக்கம் எனக்கு உயிர்ப்பைத் தந்தது. கல்விக் கூடத்துக்கு வெளியே துறை சார்ந்த நண்பர்கள், அண்ணன்களில் முக்கியமானவரான தர்மா அண்ணன் எனக்குச் சொன்ன ஆய்வுகளில் கதைகளே எனை ஈர்த்தன. அவரே ஒருமுறை சொன்னதுபோல் என் மொழியே கதைக்கான மொழி.

வழக்கமான ஆய்வாளனைப் போலவே இட்டகவேலி அம்மன்கோயில் ஆய்விலும் சமூக வரலாறு, அரசியல், சடங்குகள், பழக்க வழக்கங்கள் எனத் தேடிப் பதிவு செய்தாலும் என் இயல்பான கதைகளின் மீதான நாட்டமே எனை இயக்குகிறது.

நாளை விஜயன் அண்ணனும் ஸ்ரீகாந்தும் கண்டிப்பாக வருவதாகச் சொல்லிவிட்டார்கள். கோயிலுக்குச் செல்லத் தோன்றவில்லை. இரவு

கோயிலில் வாணவேடிக்கை. நந்தியோட்டுக் கம்பங்கட்டுக் குழுவின் வாணவேடிக்கை பிரமாண்டமானது. மாவட்டத்திலேயே பாரம்பரியமான குழு. அதிகம் செலவு பிடிப்பதும் கூட. இப்போதும் பழைய முறையிலான தயாரிப்புகள். சிவகாசி பட்டாசுகளை வைத்து ஒப்பேத்துவதில்லை.

எங்கள் குடும்ப வீட்டின் திண்ணையிலிருந்து வாணவேடிக்கையை இரவு நெடுநேரம் பார்த்துக்கொண்டிருந்தேன்.

தூரே வானத்தில்... மிருகங்களோடு சேர்ந்த வாழ்வின் வேட்டை முடிந்து ஊர் முழுக்கச் சுற்றியிருக்க, பின் மழைக்காலம் நெருப்பு மூட்டி குகைகளில் சிறு மந்தை சூழ்ந்திருக்க, பிறகு குலங்கள் பெருகி சுற்றுவட்டக் கிராமங்கள் வந்திருக்க, முகத்தில் வண்ணம் தீற்றி, நீர்ப்பறவைகள் இடம்மாறிய பின்னொரு காலத்தில் விளக்கின் ஒளியிலும் இருளிலும் என் மூதை ஒருத்தன் காலத்தில் மாறி மாறி வேடமிட்டு உரக்கக் கதை சொல்லிக்கொண்டேயிருந்தான்.

மீண்டும் ஏழாம் நாள்

இப்பெரும் பிரபஞ்ச வாழ்வின் புதிர்களில் சரி தவறுகளை மீறி சிந்தனைகள் கட்டுமீறிச் செல்லும்போதெல்லாம் நானறிந்த வழிகளில் என்னை மீட்டுக்கொள்வேன். வாழ்வளித்த உச்சகட்ட பிளவு மனநிலைகளை வாசித்தும் எழுதியும் மட்டுமே கடந்த பொழுதுகள் உண்டு. பேரண்டம் என்கிற பெரும் வெளியை யோசிக்கையில் நான் சிறுத்துச் சுருங்கி ஒன்றுமில்லாப் பொருளாய் எல்லையில்லா வெளியில் மிதந்தும் முடிவற்ற, தீர்வற்ற கேள்விகளுக்குள் தொலைந்தும் நிற்கும் தருணங்கள்... பிரபஞ்சம் என்ற சொல்லை உச்சரிக்கும்போதெல்லாம் ஒரு சிறு துகளைப்போல்தான் உணர்கிறேன். கார்ல் சாகனை, ஸ்டீபன் ஹாகிங்ஸை படிக்கையில்... அலைத்துகள், குவாண்டம் இயற்பியலை அறிகையில்... விண்வெளித் திரைப்படங்களைப் பார்க்கையில்... நட்சத்திரங்களை ஆய்கையில் நாம் எப்படி இங்கு எதற்கு வந்தோம் என்ற குழப்பங்கள் மண்டையைக் குடையும். அதிலிருந்து வெளியேறி சமன் கொள்ள நெடுநேரம் பிடிக்கும். கொஞ்சமேனும் இந்தக் குழப்பங்களுக்குள் வீழாமல் இருக்க வேண்டுமென்றால் மண்ணோடு ஒட்டியிருக்க வேண்டும். அந்தப் பிடிமானத்தைக் கெட்டியாகப் பிடித்துக்கொள்ள வேண்டும். தூசிகள் அதைத்தான் செய்ய முடியும்... செய்ய வேண்டும். பிடிமானங்கள் எதுவாகவும் இருக்கலாம். நான் கண்டடைந்த பிடிப்பு எழுத்தும் வாசிப்பும்... அதிலும்

கதைகள். கதைகளே என்னை இந்தப் பூமியோடு பிணைத்து என்னை முழுதும் பிளவுறாமல் காக்கும் பூதங்கள். காஸ்டெர்நாடா சொல்கிறார் 'உயிரோடிருப்பதின் திகிலையும் உயிரோடிருப்பதின் அதிசயத்தையும் சமன்படுத்துதலே நம் லட்சியம்.'

இன்று கோயில் திருவிழாவின் முக்கிய நாள். தூக்கத் திருவிழா. முந்தின நாள் பிற்பகலில் வண்டியோட்டம் என்கிற தூக்கத்தேர் வெள்ளோட்டம் விடப்பட்டு வழி சமப்படுத்தல், அதிர்வு நீக்கல் எல்லாம் சரிசெய்யப்பட்டது. கைக்குழந்தைகளை மார்போடு துணியால் கச்சைகட்டி நாற்பதடிக்கு மேல் தூக்கும் நிகழ்வு. விபத்துகள் ஏற்படும் அபாயம் இருப்பதால் அதி கவனத்தோடு நடத்தப்பட வேண்டும். கோயில் கமிட்டி ஆட்கள், அனுபவஸ்தர்கள், நிபுணர்கள் தூக்க வில்லின் தடி, கயிறு, வண்டியின் சக்கரங்கள், நுகம், பொருத்துகள் எல்லாவற்றையும் சரிபார்த்துக் கொண்டார்கள்.

தூக்க வில் என்பது ஒரு பெரிய நுகச்சட்டம். அது நீண்ட தடியில் பொருத்தப்பட்டு மாட்டுவண்டிபோல் ஒரு வண்டியில் இணைக்கப்பட்டிருக்கும். அந்த நுகத்தில் இருபக்கமும் இருவரைக் கயிறால் கட்டி வைப்பார்கள். இன்னும் அசைவம் சாப்பிட்டுப் பழகாத ஒருவயதுக்குள் உள்ள குழந்தைகளைத் தூக்கக்காரர்கள் கையில் கொடுப்பார்கள். தடியின் மறுபக்கத்தை அழுத்திக் கீழே கொண்டுவரும்போது நுகப்பகுதி ஒருபனைமர உயரத்துக்கு மேலே செல்லும். நெம்புகோல் தத்துவ அடிப்படைதான். வண்டி கோயிலை ஒருமுறை சுற்றிவந்தால் தூக்க நேர்ச்சை நிறைவு பெறும். கொல்லங்கோடில் இருவருக்குப் பதில் நாலுநாலு பேர். தூக்கத்தின் உயரமும் அதிகம். நாற்பத்தெட்டடி இருக்கும். வெள்ளாணி தூக்கம் சிறியது, இருபதடி பக்கம் இருக்கும்.

இன்று வரும் நண்பர்களுக்கு வீட்டில் சாப்பாடு ஏற்பாடு செய்ய வேண்டும். சோமானந்தன் அண்ணன் சமையல் பொறுப்பை நிறைவேற்றிவிடுவார். அரசு வேலையை உதறிவிட்டுச் சமையலை ஒரு உயர்கலையாக ஏற்றுக்கொண்டு வாழ்வை நடத்துபவர். கொஞ்சம் காய்கறி, மளிகை பொருட்கள், மீன், கறி வாங்க குலசேகரம் போக வேண்டும். அஜியை அழைத்தேன். அவனது சி.டி ஹன்ட்ரெடில் வந்து சேர்ந்தான். அஜி செம்பங்காணியின்

மகன். இப்போது மூகாம்பிகை மருத்துவக் கல்லூரியில் பல் மருத்துவம் இரண்டாவது வருடம் படிக்கிறான். இருவருமாய்க் கிளம்பினோம். பாதிவழியில் சட்டைப்பை ஒலித்தது. அழைப்பை எடுத்தேன். விஜயன் அண்ணன். குலசேகரம் வந்துவிட்டார்களாம். அஜியின் கையில் சாமான் பட்டியலையும் பணத்தையும் ஒப்படைத்துவிட்டு நான் அவர்களோடு இணைந்துகொள்வதாகச் சொன்னேன். திற்பரப்பு அருவியில் குளித்துவிட்டுக் கோயிலுக்கு வர திட்டமிட்டிருந்தார்கள். காலையிலேயே குளித்துவிட்டேன். அருவி என்பதால் மீண்டும் ஒருமுறை குளிக்கலாம். கான்வண்ட் ஜங்ஷன் திரும்புகையில் சோப், எண்ணெய், துவர்த்து வாங்கிக்கொண்டோம். ஸ்ரீகாந்த் ஷாம்பூ வாங்கிக்கொண்டான்.

"அதுக்கு அவசியம் இருக்காது. அருவிக்க வேகத்தில எண்ணெய்யெல்லாம் போயிரும்" விஜயன் அண்ணன் கேலியாய்ச் சிரித்தார். குளியல் முடிந்து மிளகாய் பஜ்ஜி சாப்பிட்டு, கட்டஞ்சாயா அடித்து கார் திரும்பியது.

அன்று நல்ல சீதோஷ்ணம். இது கொலையுண்ட தெய்வமா? இந்தக் கோயிலைப் பற்றி ஏதேனும் தொன்மக் கதைகள் உண்டா? ஸ்ரீகாந்த் விஜயன் அண்ணனின் நடையில் கதையைக் கேட்க விரும்பினான்.

விஜயன் அண்ணன் முன் சீட்டிலிருந்து தலையைத் திருப்பி "ஏன் இடையில வந்திருந்தியே... மது சொல்லித் தரலியா" என்று சிரித்துக்கொண்டே விட்ட இடத்திலிருந்து தொடங்குவதுபோல் ஸ்ரீகாந்துக்குச் சொல்லத் தொடங்கினார்.

"இன்னைக்கு எழுநூறு வருஷங்களுக்கு முன்னால..."

இந்தமுறை இருநூறுக்குப் பக்கம் தூக்க நேர்ச்சைகள் ஒருங்கிணைத்திருப்பதாக ராமச்சந்திரன் அண்ணன் சொல்லியிருந்தார். தூக்கக்காரர்கள் கோயில் வளாகத்தில் அதிகாலையிலேயே குளித்து நீலக்கச்சை அணிந்து முட்டுகுத்தி நேர்ச்சை நடத்தி முடித்திருந்தார்கள். ஒரு குழந்தைக்கு ஒரு தூக்கக்காரர் என்ற கணக்குப்படி கிட்டத்தட்ட இருநூறு தூக்கக்காரர்கள் விரதம் மேற்கொண்டு தயாராயிருந்தனர். தூக்க

நேர்ச்சைக்கு இயலாதவர்கள், வாய்ப்புக் கிடைக்கப்பெறாதவர்கள் காணிக்கை நேர்ச்சை, குதியோட்டம், தாளப்பொலி, பூமாலை, பிடிப்பணம் வாரல், உருள்நேர்ச்சை, மஞ்சள்குடம், துலாபாரம் எனத் தங்கள் குழந்தைகளின் நலன் வேண்டி, நீள் ஆயுள் வேண்டி முன்னமே நேர்ந்து, இன்று நிறைவேற்றிக்கொண்டிருந்தனர்.

விஜயன் அண்ணனும் நானும் முன்னே நடக்க, ஸ்ரீகாந்தும் சுந்தரம் சாரும் பின்னே வந்தார்கள்.

"ஒரு தடவை நானும் பெருமாள் சாரும், உங்க ஊர் எழுத்தாளர் ஜெயமோகனும் இங்க வந்திருக்கோம். அதுவொரு பத்து வருஷம் இருக்கும். அப்ப இவ்வளவு கூட்டமெல்லாம் இருக்காது. மக்கள் எல்லோரும் அடிப்படைத் தேவைகள் நிறைவேறி கொஞ்சம் வசதிகள் வரும்போது இன்பத்திளைப்புல எறங்கி, அப்புறம் அதை வெறுத்து ஆன்மிகம் பக்கம் திரும்பிடுறாங்க. சொகுசு சிலநேரம் குடுக்குற மனச்சோர்வு அப்படி. அதேமாதிரி நவீன யுகத்தோடப் பகுத்தறிவு சில நேரம் அவங்க ஆழ்மனசில இருக்கிற ஏதோ ஒண்ணைத் திருப்திப்படுத்தலைன்னு நினைக்கிறேன். கடவுள் மறுப்பு, சடங்கு மறுப்புப் பேசிப்பேசி ஒருமாதிரி வறட்சியாயிடுது, வாழ்க்கைலேயிருந்து உயிர்ப்புப் போயிடுது. ஒரு வெற்றிடம். கலாச்சார அனாதைகள் ஆயிடுறாங்க. அதுதான் இப்போ கோயில்களில ஆன்மிகத் தலங்களில கூட்டம் அதிகமாயிருக்குது. கீழைத்தேய மனசையும் அந்த ஆன்மாவையும் சாந்தப்படுத்த இந்த மாதிரி ஒரு தெய்வ வழிபாட்டாலதான் முடியும்."

விஜயன் அண்ணன் முடித்தார்.

"அப்படி கீழ்த்திசை நாடுகள் மட்டும்னு சொல்லிர முடியுமா அண்ணே. சோவியத் ரஷ்யாவுல ஸ்டாலின் காலத்திலேயே ப்ளாக் மேஜிக், ரகசியக் குழு வழிபாடுகள் எல்லாம் நடந்திருக்கு. நான் இதை ஆன்ம வறட்சியா ரொம்ப மிஸ்டிக்கா பாக்கல. என்னைப் பொறுத்தவரை நவீன கல்வி அறிவும் விஞ்ஞான கண்டுபிடிப்புகளும் எளிய மக்களோட கூட்டுக் கொண்டாட்டத்தை ஒழிச்சு கழிச்சு ஒவ்வொருத்தரையும் தனிமனிதர்களா ஆக்கிடுச்சி. மனுஷன்கிட்ட இன்னும் அந்தப் பழைய குழு வாழ்க்கையோட எச்சங்கள் இருக்கு. கோயில், சினிமா தியேட்டர், ஊர்வலம், பேரணி

ஏன் சில போராட்டங்கள் கூட அவனுக்குள்ள இருக்கிற பழைய கூட்டு வாழ்க்கையை, அந்தக் கொண்டாட்டத்தை ஞாபகப்படுத்துது.''

நான் சொன்னதைத் தலையாட்டி ஆமோதித்தார் விஜயன் அண்ணன். திருவிழாக் கடைகள் பக்கம் ஒதுங்கி நின்றோம்.

"சார்... விஜயன் சார்''

விஜயன் அண்ணன் திரும்பினார்.

"சார் நான் உங்க ஸ்டூடன்ட். கார்மல் ஸ்கூல்ல படிச்சேன் சார். நல்லாயிருக்கீங்களா?" ஃபேன்சி கடையிலிருந்து என் வயதிருக்கும் ஒருவன் எங்கள் முன் வந்து நின்றான். விஜயன் அண்ணன் பேராசிரியராக ஆவதற்கு முன் சிறிது காலம் பள்ளி ஆசிரியராகப் பணியாற்றியிருந்தார்.

"நம்ம கடைதான் சார். வீட்டுக்கு ஏதாவது வாங்கிட்டுப் போறீங்களா?''

'அப்புறம் பாக்கலாம்' என்று தலையசைத்துவிட்டு நலம் விசாரித்துக் கொண்டார் அண்ணன்.

கோயிலில் அரிசியோடு காய்ச்சில் கிழங்கும் மலைக்கறிகளுமிட்ட தூக்கக் கஞ்சி வழங்கிக்கொண்டிருந்தார்கள். வாங்கிப் பருகினோம்.

நானும் ஸ்ரீகாந்தும் வளாகத்தைச் சுற்றிவருவதாய்ச் சொன்னோம். விஜயன் அண்ணனும் சுந்தரம் சாரும் அங்கேயே கடையோரத்தில் உட்கார்ந்துகொண்டார்கள். சம்பிரதாயப்படி கோயில் பூஜாரி குழந்தைகளைத் தூக்கக்காரர்கள் தூக்குவதற்கு முன் வெள்ளிப்பிள்ளையை அணைத்துக்கொண்டு தூக்கத்தில் தொங்கியபடி கோயில் வளாகத்தை வலம் வந்தார். தூக்க நேர்ச்சை தொடங்கியது. ஆரவாரங்களும் கோஷங்களும் அதிர வைத்தன. நாங்கள் ஓரமாய் வழிநடந்தோம்.

தூக்க வண்டி கோயிலைச் சுற்றி வந்துகொண்டிருந்தது. இருபதடி உயரத்தில் இரண்டு குழந்தைகளை இரண்டு தூக்கக்காரர்கள் நெஞ்சோடு சேர்த்துக் கட்டித் தூக்கி வர, குழந்தையின் அம்மா, அப்பா சொந்தங்கள் 'இட்டகவேலி அம்மா ரெட்சிக்கணே' எனப் பிரார்த்தித்துக்கொண்டே உடன் வர பக்தர்கள் 'அம்மே சரணம், தேவி சரணம்' நாமகோஷம் போட்டுக்கொண்டே சுற்றி வந்தார்கள். இடையிடையே அடுத்த தூக்கத்திற்குத் தயார் நிலையில் இருப்பதற்கான அழைப்புகள். திருவிழாக்

கமிட்டியின் அறிவிப்புகள் எல்லாம் மலையாளத்திலும் தமிழிலும் மாறி மாறி ஒலித்துக்கொண்டிருந்தன.

ஸ்ரீ, "சேட்டா இந்தத் தூக்கம் நேர்ச்சை கொஞ்சம் பயங்கரமா இருக்கில்லா?" காட்டுமிராண்டித்தனமாக இருக்கிறதல்லவா என்பதைத்தான் அவன் அரசியல் சரித்தன்மையோடு கேட்டான்.

"இந்தச் சத்தத்தில ஒண்ணும் கேக்கல. ராத்திரி பேசுவோம். இன்னிக்கு விஜயன் அண்ணன் கௌம்புறாங்களா?"

"இல்ல சேட்டா... இனி மூணு நாளும் இங்கதான்."

"அப்ப விரிவா பேசலாம்"

கோயிலை ஒரு சுற்றுச் சுற்றி கடைகளுக்குப் பக்கத்தில் வந்தோம். விஜயன் அண்ணனின் மாணவர் எங்கள் எல்லோருக்கும் தேன்குழல், குலுக்கி சர்பத் வாங்கிக் கொடுத்து உபசரித்தான். சுந்தரம் சார் வழக்கம்போல் எதுவும் பேசாமல் அமைதியாகப் பார்த்துக்கொண்டிருந்தார். பின் மதியம் வீடு திரும்பி சாப்பிட்டோம். சோமானந்தன் அண்ணனின் அவியல், பச்சடி, கூட்டுகறி, புளிசேரி, எரிசேரி, அடைப்பிரதமன் பாயாசம் எல்லோருக்கும் பிடித்திருந்தது. சுந்தரம் சார் விரும்பிச் சாப்பிட்டார். அவர்கள் இருவரையும் ஓய்வெடுக்கச் சொல்லிவிட்டு அஜியை உதவிக்கு வைத்துவிட்டு அவன் பைக்கில் ஸ்ரீயும் நானும் தூக்கம் பற்றிக் கதைகள் கேட்க செம்பங்காணி வீட்டுக்குக் கிளம்பினோம்.

"அஞ்ஞூறு அறுநூறு வாரியம் மின்ன பண்டுள்ள காலத்தில பக்தர்கள் கண்டுபிடிச்ச நேர்ச்சை மொறயாக்கும். கொவிட்டுல அலகு குத்துறத பாத்திருப்பிய. குறுக்குல அலகு குத்தித் தூக்கக் காவடி எடுக்கிறத நான் பாத்திருக்கேன். இன்னும் இஞ்ச கார்த்திகை மாச காவடிகட்டுல உண்டு. மனுசனுவளுக்குப் பயம் இருக்கது மாதிரியே நம்பிக்கையும் உண்டு. வேண்டுதலோட வலிமைக் கூடக்கூட நேர்ச்சையோட வலியும் கூடும். பிள்ளையளைத் தவிர பெரிய செல்வம் உண்டா. எல்லா உயிரும் தனக்கப் பெறவு, தனக்க வாரிசு இந்தப் பூமியில இருக்கணும்னுதான் நெனைக்கும். அதுதானே உயிர்களுக்குக் கொடுக்கப்பட்ட பெரிய நோக்கம். என்ன மனுஷன் தனக்கப் பின் சன்னதி நல்லா இருக்கணும்னு நெனைப்பான். அதுக்காகத்தான் இந்த ஒழுக்கம், நெறி, மதம் இதெல்லாம்.

தூக்க நேர்ச்சை கொஞ்சம் வித்தியாசமானதாக்கும். எனக்குத் தெரிஞ்சு அம்மைகளுக்க மூணு கோயில்கள்ளதான் தூக்கம் இருக்கு. இட்டகவேலி, வெள்ளாணி, கொல்லங்கோடு. மூணுமே முடிப்புரைகள். பாட்டி அம்மா மகள் கோயில்கள். உருவமில்லாத உருவங்களை வழிபடுறது காலத்தால பழைமையான வழிபாடு. முடிப்புரை முடிகளைப் பாத்திருக்கீங்களா... அதப் பாத்தா தலைவிரி கோலத்தோட இருக்கிற பொண்ணு மாரி இருக்கும், அக்னி ஜூவாலை எரிஞ்சுக்கிட்டு இருக்கிற மாரி இருக்கும். சிலசமயம் பாத்தா மரங்கள் தலை விரிச்சு நிக்குற மாரி தெரியும். அம்மைக்க மேல எனக்கு நம்பிக்கை உண்டுன்னாலும் நான் புரிஞ்சுகிட்டது முன்காலத்தில கோடை காலத்தில காட்டுத்தீ அடிக்கடி பரவி நம்ம மக்கள் ரொம்ப அவஸ்தைபட்டிருப்பாங்க. மழையையும் காத்தையும் வணங்கினவன் தீயை வணங்காம இருப்பானா? தீ ஜ்வாலைய கல்லுல படமா வரைஞ்சு வணங்கியிருப்பான். போகப்போக அதையே உருவமாச் செய்து வழிபட்டிருக்கான். அதுதான் இப்போ மரத்தில் செதுக்கியிருக்கிற முடி. காட்டுத்தீயிலேருந்து குழந்தைகளைக் காத்து ரெட்சிக்க வேண்டிதான் இந்த வெறிகால பங்குனி மாசத்தில தூக்க நேர்ச்சைன்னு நான் புரிஞ்சு வச்சிருக்கிறேன்."

செம்பங்காணி கொட்டாவி விட ஆரம்பித்தார். நாங்கள் வீட்டுக்குத் திரும்பினோம்.

வரும் வழியில் கோயிலில் தூக்க நேர்ச்சை கழிந்து குருதி தர்ப்பணம் செய்வதைக் கண்டுவிட்டு குருசி பூஜையும், திருக்கொடியிறக்கமும் நடைபெற்று முடிந்ததும் புறப்பட்டோம்.

ஏழாம் நாள் இரவு

விஜயன் அண்ணன் குறுக்கே பேசுவதில்லை. பேசும் பொருள்குறித்துப் பெரும் அறிவுச் சேகரம் அவருக்கு இருந்தாலும், எதிரிலிருப்பவர் பேச ஆரம்பித்த அடுத்த நொடி பேசுவதை நிறுத்திக் கவனிக்கத் தொடங்கிவிடுவார். நெடுநாள் பயிற்சியாலேயே இது சாத்தியம். ஸ்ரீகாந்த் நாங்கள் செம்பங்காணியிடம் பெற்றுக்கொண்ட விஷயங்களை முழுதும் சொல்லி முடித்து ஓய்ந்தான். அண்ணன் தூக்கத் திருவிழாவையும் இட்டகவேலி கோயிலையும் பற்றிய அவருடைய அவதானிப்புகளைச் சொல்லத் தொடங்கினார்.

"முடிப்புரைன்னா கூந்தல்வீடுன்னு அர்த்தம். அம்மனுக்குச் சிலை கெடையாது. உருவமில்லாததால மயிற்பீலிகளைக் கூந்தலா பாவிச்சு வழிபடுறாங்க. இட்டகவேலி நீலகேசி கோயில் அறுநூறு எழுநூறு வருஷம் பழசுன்னாலும் நீலகேசிங்கிற தெய்வம் அதைவிட மிக மிகத் தொன்மையானது.

பொதுவா அகால மரணமடைஞ்ச பெண்களைத் தெய்வமா வணங்கி காலப்போக்கில நீலகேசின்னு வழிபட ஆரம்பிச்சுடுவாங்க. தென்கேரளத்தில நீலகேசி கோயில்கள் ஏராளம் இருக்கு. நீலகேசி உண்மையில யாரு, ஒரு வனதேவதையா இருக்கலாம். நான் நெனைக்குறது என்னன்னா நீலகேசி காட்டை வர்ணிக்கும் ஒரு சொல். காடு மலையின் நீலக்கூந்தல்தானே? சமண, பௌத்த மதங்கள்ல கேசிங்குற பெயர் தென்படுது. குண்டலகேசி, நீலகேசி காப்பியங்கள். சமணமும் பௌத்தமும் கூந்தலை மழிக்கும் மதங்கள். அதில கேசிகளுக்கு என்ன வேலை. விநோதமாயிருக்கு. கேசின்னு முடியுற பகவதிகள் கேரளம் முழுக்க இருக்கு. இது எல்லாமே புராதன பழங்குடி தெய்வங்கள். பெரும்பாலும் முடியத்தான் வழிபடுறாங்க. வனத்தை மாபெரும் கூந்தலா உருவகிச்ச மகத்தான பழங்குடி கற்பனையில உதிச்சது. கி.மு.ரெண்டாம் நூற்றாண்டுக்குப் பிறகு சமணமும் பௌத்தமும் இங்க பரவினபோது இந்தத் தொல்தெய்வங்களை உள்வாங்கிக்கிட்டது. காப்பிய நீலகேசி ஒரு வணிகனின் மனைவி. அவனால் கொல்லப்பட்ட அவள் பேயுருவம் கொண்டு எல்லோரையும் கொல்கிறாள். சமண முனியைக் கொல்ல முயலும்போது அவர் அவளை நல்வழிபடுத்துகிறார். நீலகேசி அவரிடமிருந்து சமண மெய்ஞானத்தைக் கற்றுக்கொண்டு ஊர் ஊராகப் போய் பரப்பி அந்தச் சிந்தனைகளை நிலைநாட்டுகிறாள். நாட்டார் கதையில் ஆரம்பித்துச் சமணத்தின் தீவிரமான விவாதத்திற்குச் செல்கிறது கதை. அதாவது மக்கள் எல்லோருக்கும் தெரிந்த நாட்டார் தெய்வத்தின் நாவில் சமணச் சிந்தனைகள் பொருத்தப்பட்டுப் பரப்பப்படுகிறது. சமணமும் பௌத்தமும் செல்வாக்கிழந்தபோது கேசிகள் பெருமரபுக்குள் கரைந்தார்கள். ஆனால், அன்று இருந்த முன்வடி வங்களில் வழிபாடுகள் தொடர்கின்றன. அதில் முக்கியமானது தூக்கம். தூக்கம் ஒரு விசித்திரமான சடங்கு. குழந்தை மரணங்கள் அதிகமாக இருந்த காலத்தில் நடைமுறையில் இருந்த சடங்கு. செயற்கையாக மரணத்தை நடித்துக் காட்டும் வேண்டுதல். தூக்க வண்டியில் குழந்தையைத் தூக்கிப் போய் பின் திரும்பப் பெறும் வேண்டுதல். கோழிக்குஞ்சைப் பருந்து தூக்கிச் செல்வதுபோல் கண்ணுக்குத் தெரியாத கரம் குழந்தையை மேலே தூக்கிச் செல்கிறது. வேண்டுதலுக்குப் பின் குழந்தை திரும்பி வந்துவிடுகிறது. மரணத்தை ஏமாற்றியாகிவிட்டது. தன்னை வருத்திக்கொண்டு கடவுளின் கோபத்தைத் தணிக்கும் சடங்குகள் இல்லாத மதங்கள் எங்கும் இல்லை. அதன் வேர்கள் பழங்குடி நம்பிக்கைகளில் புதைந்து கிடக்கின்றன. தூக்கச் சடங்கு அதில் ஒன்று."

விஜயன் அண்ணன் இயல்பாகத் தொடங்கி ஒரு கட்டுரை எழுதும் அளவிற்குத் தன் கவனிப்புகளைச் சொல்லி முடித்தார்.

"எனக்கு அதில் சில மாற்று அவதானங்கள் உண்டு. குறிப்பாக, குழுச் சடங்குகள் சில வேளைகளில் தனிநபர் சடங்கிலிருந்து கூட தொடங்கியிருக்கலாம். வழக்கமாக நாம் சொல்லும் யாகப் பூனை கதையில் கூட குறியீட்டாக்கம் நிகழ்வதை நுட்பமாகக் கவனிக்க முடியும். காடு - பழங்குடி - தெய்வம் என்கிற இந்த மூன்றுக்குள் நிகழும் துக்கம், மரணம் அதைக் காக்கும் தெய்வம் என்கிற எதிர்மை இயல்பாக வந்துவிடுகிறது. காட்டில் பெரும்பாலும் யானை புலி போன்ற வனவிலங்குகளாலும் பாம்புக்கடியாலும் மரணம் நிகழும். முதிர்ந்து மரித்த பழங்குடிகளின் ஆவியை முதுசாவு என்றும் யானையால் செத்த ஆத்மாக்களை ஆனச்சாவு, புலியால் கொல்லப்பட்டதைப் புலிச்சாவு, பாம்புக்கடிக்கு மரித்த ஆவியைப் பாப்பிச்சாவு என்றும் வழங்கும் பழக்கம் காணிக்கார மக்களிடம் இருக்கிறது. இந்தத் தூக்கம் யானைகளால் ஏற்படும் மரணத்தைத் திரும்ப நிகழ்த்துவது போல் எனக்குத் தோன்றியது. தூக்க வண்டி கிட்டத்தட்ட இப்போது யானையை நினைவுகூர வைக்கும் புல்டோசரைப் போல ஒரு வண்டி. அதன் நீள்பகுதி யானையின் துதிக்கை போல இருக்கிறது. காட்டுக்கு ராஜா கதைகளில் வருவதைப் போல் சிங்கமல்ல. அதுவும் தென்பகுதியில் சிங்கங்களே இல்லை. யானைதான் நம் காடுகளுக்கு ராஜா. குழந்தைகளுக்கு யானையால் எந்த ஆபத்தும் வந்துவிடாமல் இருக்க ஒரு நேர்த்திக் கடன். யானை தன் துதிக்கையால் குழந்தையைத் தூக்கிப் போகிறது. அதைப் பின்தொடர்ந்து பழங்குடி மக்கள் நீலகேசி அம்மை என்கிற வனதேவதையை அல்லது வனத்தையே குழந்தையைக் காப்பாற்றும்படி வேண்டுகிறார்கள். வனம் இரக்கப்பட்டுக் குழந்தையைத் திருப்பித் தருகிறது. இதுதான் தூக்க நேர்ச்சையின் கருதுகோளாக நான் நினைத்திருந்தேன். ஆனால், நேரில் பார்த்தபோதுதான் தெரிந்தது. தூக்க வண்டியில் இரண்டு நுகத்தடிகள் இருப்பது. அதைப் பார்த்ததும் யானை என்கிற படிமம் தவறு எனப்பட்டது. ரெண்டு துதிக்கை இருக்க வாய்ப்பில்லை. யானைக்குப் பதில் என்னாவாகயிருக்கும் என யோசித்தபோது ரெண்டு கொடுக்குள்ள ராட்சத வண்டுகள் அல்லது தேனியைக் கூட இப்படிப் பெரிய வடிவில் கற்பனை செய்திருக்கலாம் என்று எனக்குப் பட்டது."

நான் நிறுத்தி நிதானமாக என் தரப்பைச் சொன்னேன்.

"நீங்கள் சொல்வது தர்க்கப்பூர்வமாகச் சரி போலத் தெரியுது சேட்டா. ஆனால், சார் சொல்வது கவித்துவமாகத் தெரிகிறது" என்றான் ஸ்ரீ.

விஜயன் அண்ணன் எதுவும் சொல்லவில்லை.

ஸ்ரீகாந்த் என்னோடு தங்கிக்கொண்டான். விஜயன் அண்ணனுக்கும் சுந்தரம் சாருக்கும் கொச்சுத்தம்பி மாமவின் வீட்டு மாடியில் அறை ஒழுங்கு செய்திருந்தோம்.

எட்டாம் நாள்

கோயிலில் அதிகாலை இத்தி பூஜை, வழக்கமான பத்ரகாளி பாட்டு, இரவில் பகவதி சேவை பிறகு விளக்கு பூஜை, அதன் பிறகு அத்தாழ பூஜை நடைபெறும். இன்று விஷேச தினம் இல்லை. இரவில் ஒரு நடை விளக்கு பூஜையைப் பார்த்தல் போதும். நாங்கள் நால்வரும் தாமதமாகத் தூங்கி தாமதமாக எழுந்தோம். நெடுநாட்களுக்குப் பிறகு உமிக்கரியில் பல்துலக்கி, பொடிநடையாய் ஆற்றங்கரைக்குப் போய் குண்டியில் புல் குத்த மலஜலம் கழித்து, ஓடும் ஆற்றில் குளிப்பது நல்அனுபவமாக அமைந்தது. குளித்து முடித்து வரும் வழியில் விஜயன் அண்ணன் தினகரனும், சுந்தரம் சார் தினமலரும் வாங்கிக்கொண்டார்கள். ஹரி கடையில் சாயாவும் பழம்பொரியும் இலையப்பமும் தின்றுவிட்டு வீடு திரும்பும் வழியிலேயே நேற்றைய விவாதத்தின் நீட்சியைத் தொடங்கி வைத்தேன்.

“கேசி பத்தி பல தத்துவார்த்த விளக்கங்கள் இருக்கே அண்ணா”

“சொல்லு” என்றார் விஜயன் அண்ணன்.

“முடிங்கிறதே பௌத்த சமண தத்துவப்படி ஒரு உருவகம்தான். பந்தம், கர்வம், மாயை இதோட உருவகமா இருக்கிற கூந்தலை எடுக்கிறது துறவறத்துக்குப் பிறகுதான். நீலகேசி நீல கூந்தல், இத கருப்புக் கூந்தல்னும் சொல்றாங்க. நீலகேசி தலைவிரி கோலத்தோட இருக்கிற பேய். அவ மனுசி இல்ல. அதனால கேஷ லோச்சனம் அதான் மயிர் பிடுங்குதல் அவளுக்கு விலக்கப்பட்டிருக்கலாம் இல்லையா? முழுக்கத் துறவியா ஆனப்புறம்தான் காய கிலேஷ சடங்குல உடம்பில இருக்கிற முடியெல்லாம் எடுக்கிறாங்க. அப்புறம் குண்டலகேசின்னா சுருண்ட முடின்னு அர்த்தம் வருது. பௌத்த சிலைகளில உஷ்நீஷா அப்படிங்கிற உச்சியில கொண்டை அல்லது உச்சிக்குடுமி மாதிரி சிகை அலங்காரமும் சுருண்ட முடியும் இருக்கு. குண்டலகேசி பௌத்த பெண். சுருள் கூந்தலை ஞானத்தோட உருவகமா சொல்றாங்க. உஷ்நீஷா வடிவம் சில இடங்களில தீ ஜ்வாலை மாதிரியும் வெளிப்படுத்தியிருக்காங்க. ஆனா, எனக்கென்னவோ இந்தப் பிரிட்டிஷ் நீதிபதிகள் ஒரு விக் வச்சிருப்பாங்களே அந்த மாதிரி ஞானம் அடைஞ்சவங்களுக்கு ஒரு பொய்முடி வச்சிருப்பாங்களோன்னு தோணுது. ஏன்னா பிங்கலகேசி பொன்னிறத் தலைமுடி, காலகேசி காளம் எனும் கருமேகம் போன்ற கூந்தல், அஞ்சனகேசி கருநிற கூந்தல்... இப்படி நிறையச் சொல்லுதே? இதெல்லாம் விதவிதமான ஞானப்படிநிலை மாதிரி இருக்கே? அதேமாதிரி சமண பௌத்தத்தில எப்பவுமே முடியை மழிச்சுக்கிட்டு இருக்கிற மாதிரி இல்லை. பாகுபலி சிலை சுருண்ட முடியோட இருக்கு. மொட்டையடிச்சு திரும்ப முடி வளர்ந்து அதுக்கப்புறம் அது குறிப்பிட்ட நாளில சடங்காத்தானே நிகழுது.”

விஜயன் அண்ணன் ஆமோதிப்பாரா என்று அவர் முகத்தையே பார்த்துக்கொண்டிருந்தேன்.

அவர் சிரித்துக்கொண்டே “நான் அதைச் சும்மா மொட்டை கேசம் அப்படிங்குற எதிர் முரணுக்காகச் சொன்னேன். ஆனா கண்டிப்பா இதுல ஏதாவது சிம்பாலிக் விஷயங்கள் இருக்கும்.”

“உன் வயசில நானும் இப்படித்தான். பேச்சு முடிஞ்சப்புறமும் மனசுக்குள்ள ராத்திரி பூரா விவாதம் ஓடும்.” விஜயன் அண்ணன் மீண்டும் சிரித்துக்கொண்டார்.

ஸ்ரீகாந்த் புதிய விவாதத்தைத் தொடங்க விரும்பி,

"சேட்டா! நாட்டார் கதைகளும் பெண்களும் அதில பெண்ணே பெண்ணுக்கு எதிரியா இருக்கிற கதைகள் பத்தி பேசலாமா" என்றான்.

சுந்தரம் சார் முகம் மலர்ந்து உரையாடலுக்குள் நுழைந்தார்.

"சின்ட்ரெல்லா, ரபென்சல், ஹான்செல் அண்ட் க்ரட்டெல், ஸ்னோ வொயிட்"

சுந்தரம் சார் வாயிலிருந்து திறந்துவிட்ட குழாயைப் போல பெயர்கள் வந்துகொண்டே இருந்தன.

சுந்தரம் சார் திருப்பதிசாரத்தைச் சேர்ந்த ரிட்டயர்ட் இஞ்சினீயர். விஜயன் அண்ணனின் பயணத் துணைவர். அதிகம் பேசமாட்டார், நல்ல கவனிப்பாளர் என்பதால் பல்வேறு விஷயங்கள் அறிந்தவர். அவரது அரசியல் சார்பு வேறு என்றாலும் இதுவரை எங்களுக்குள் கருத்து முரண்கள், தனிநபர் பகைமையாக மாறியதில்லை.

"கொடுமைக்கார மாற்றாந்தாய், சித்திக் கொடுமை அப்புறம் அந்த மாற்றாந்தாயையே சூனியக்காரியா சித்திரிச்ச கதைகள். இதெல்லாம் கிரிம்ஸ் சகோதரர்களோட ஆய்வுல பேசியிருக்காங்கன்னு நெனைக்குறேன்." சுந்தரம் சார் தீர்க்கமான குரலில் முன்வைத்தார். "ஐரோப்பாவில் மட்டுமல்ல ரஷ்யா, போலந்து, அரேபியா, சீனா அதேமாதிரி நான் படிச்சதுல அயர்லேண்ட், ஏன் கஷ்மீர் கதைகள் சிலதுல கூட இந்தக் கொடுமைக்கார மாற்றாந்தாய் படிமம் வந்துகிட்டேயிருக்கு. உலக அளவுல இந்தக் கதையணி பிரபலமானதுதான். உள்ளூர்லயும் பல நாட்டார் கதைகள் இந்தப் படிமத்தைப் பயன்படுத்தியிருக்கிறாங்க. சின்ட்ரெல்லா, ஹான்சல் கதையில சித்தி, ரபென்சல் கதையில சூனியக்காரி, சின்ட்ரெல்லா மாதிரியே அரேபிய கதை ஒண்ணுல சித்திக் கொடுமை தாங்காத மகளை மாதுளம் மரமா இருந்து அம்மா பாதுகாப்பா, சித்தி கதாபாத்திரம் நம்ம நல்லதங்காள் கதையில நாத்தனாரா மாறுது. நீலகேசி கதையில மாற்றாந்தாய் மாமியா வர்றா. பெண்ணுக்குப் பெண் எதிரி இதுதான் மையம். ஏன் ராமாயணத்தில கூட கோசலை கெட்டவளாத்தானே போட்ரேட் ஆகியிருக்கா." ஏராளம் உதாரணங்களை அடுக்கிப் போனார் சுந்தரம் சார்.

"சித்தி அப்படின்னாலே கொடுமைக்காரி, மோசமானவள்னு பிம்பத்தை உருவாக்கினதுக்குப் பின்னால அந்த நூற்றாண்டில மறுமணத்துக்கு எதிரான ஒரு கருத்துருவாக்கம் நடந்திருக்குன்னு தோணுது" ஸ்ரீகாந்த் கொஞ்சம் சுருதி குறைந்த குரலில் சொன்னான்.

நேரம் இருட்டிக்கொண்டிருந்தது. சுந்தரம் சார் ஒரு விவாதத்திற்குத் தயார் ஆவதை உணர்ந்த விஜயன் அண்ணன்,

"இருக்கலாம் ஸ்ரீ... ஆனா பாருங்க நம்ம டி.வி. சீரியல்கள் எல்லாம் எவ்வளவு நாட்டார் கதைகளை உள்வாங்கி வெளிப்படுத்துதுன்னு இப்ப புரிஞ்சுகிட்டீங்களா." புன்னகைத்துக்கொண்டே பேச்சை மாற்றினார்.

விளக்கு பூஜை சமீப காலங்களில் கிராமக் கோயில்களில் நுழைந்திருக்கும் புதுச் செயல்பாடு. என் சிறுவயதில் இந்த நடைமுறை இல்லை. பெண்களைக் கோயில் நடபடிகளில் ஈடுபடுத்திப் படிப்படியாக அரசியலில் ஈடுபடுத்தும் செயல்திட்டம் என்பார்கள் தீவிர அரசியலாளர்கள். அப்படியாவது அவர்களும் செயல்திட்டத்துக்குள் வரட்டுமே. பக்தி தனக்கான சவக்குழியைத் தானே தேடிக்கட்டும்." கொஞ்சம் உரத்துச் சிரித்தார் விஜயன் அண்ணன்.

வளாகத்துக்குள் வரிசைக்கு நூறிருக்கும். நான்கு வரிசையாக விளக்குகள். கிட்டத்தட்ட ஒரே உயரத்தில் பித்தளைக் குத்துவிளக்குகள். சுடர்விடும் விளக்குகளும் பாட்டுகளைப் பாடியபடி பெண்களும் அந்த இரவுக்கு ஒளியூட்டினர். நான் முதன்முறை விளக்கு பூஜையைப் பார்த்த பரவசத்தில் அமைதியாகி இருந்தேன். சுடர்களும் விளக்குகளில் அதன் எதிரொளிப்பும் நீர்நிலையில் மிதந்துகொண்டிருக்கும் உணர்வைத் தந்தது. மொத்த இரவும் குட்டி வெளிச்சங்களால் அலங்கரிக்கப்பட்டிருந்தது. மின்விளக்குகளால் தர முடியாத வெளிச்ச வெள்ளம். பொன் வெளிச்சம்.

சிவசங்கர்.எஸ்.ஜே

ஒன்பதாம் நாள்

ஒன்பதாம் நாளான இன்று உலகத்தில் எந்த ஊரிலும் இல்லாத நிகழ்ச்சியான வேரும் களையும் என்று பழையவர்களால் அழைக்கப்படும் கமுகு பிடுங்குதல் அல்லது கமுகு எழுந்தருளல் நிகழ்ச்சி நடைபெற இருக்கிறது. நாட்டார் ஆய்வாளர்களுக்குப் பெரும் பரவசமூட்டும் நிகழ்வு. ஏழு நூற்றாண்டுகளுக்கு முன்னான இரண்டு சமூகங்களின் வெறுப்பு எப்படிச் சடங்கியல்ரீதியாக இணக்கமாக மாறுகிறது என்பதை உயிரோட்டமாக நிகழ்கலையாகக் காணும் வாய்ப்பு. நாங்கள் நால்வரும் ஒருவிதத்தில் காத்திருந்த நாள் இது. எங்களைப் பொறுத்தவரை மொத்த விழா நாட்களில் மிக முக்கியமான நாள் இது. ஏழு மணிக்குள் எல்லாக் காலைக்கடன்களை முடித்துத் தயாராகியிருந்தோம். கோயில் வளாகத்தின் அருகே உள்ள தோப்பில் பாக்கு மரங்கள் உயரமாய் அசைந்துகொண்டிருந்தன. இன்று அந்தப் பாக்கு மரங்களில் ஒன்றுதான் சடங்கின் மைய கதாபாத்திரம்.

நாங்கள் சிற்றுண்டி முடித்து வரும்போது கமுகு எழுந்தருளலுக்கு விழாக்குழு தயாராகியிருந்தது. இட்டகவேலி நீலகேசி அம்மன், தான் வளர்ந்த பனங்கோடு குடும்பத்தின் மாமியாரால் கொடுமைப் படுத்தப்பட்டதற்குப் பழிதீர்க்கும் விதத்தில், மாமியாரையும் அவளது குடும்பத்தையும் பழிவாங்கும் நிகழ்ச்சியாகக் கடந்த எழுநூறு ஆண்டுகளுக்கு மேலாக நடந்துவருகிறது இந்தக் கமுகு எழுந்தருளல். திருவிழா நடக்கும் இட்டகவேலி பறம்பின் பக்கத்தில் உள்ள உயரமான பாக்கு மரத்தை வேரோடு பிடுங்கி அதன் மூட்டுப் பாகத்தைக் கணியான் இனத்தவர்களும், கொண்டைப் பாகத்தை மாமியாரின் குடும்பத்தினரும் நாயர் சமூகத்தார்களும் இழுப்பர். கமுகின் வேர்ப் பகுதியைக் கணியான் இனத்தவர்கள் நூறு அடி இழுத்து வந்ததும் தலைப்பகுதியைப் பிடித்த நாயர் குடும்பத்தார் விட மாட்டோம் என இழுத்துக்கொண்டு ஓடுவதுமாக ஒருமணி நேரம் களி நடக்கும். இப்போது முன்னமே பிடுங்கி பூஜையில் வைக்கப்பட்ட மரத்தை இழுக்கிறார்கள். அதன் பின் விழா நடக்கும் பறம்பின் பக்கத்தில் உள்ள குளத்தில் அந்தக் கமுகை இழுத்துவந்து போடுவர். அங்கு சுமார் இரண்டு மணி நேரம் இழுபறி ஏற்படும். குளம் கலங்கலான பின் விடாமல் கொண்டைப் பகுதியில் பிடித்திருக்கும் நாயர் குடும்பத்தார் குளத்திலிருந்து கமுகை இழுத்துக்கொண்டு கரைக்கு ஓடுவர். மூட்டுப்பகுதியைப் பிடித்திருக்கும் கணியான் இனத்தவர்கள் பாக்கு மரத்தை இழுத்து மீண்டும் குளத்தில் போட்டு அங்கும் இங்குமாக 'அம்மே சரணம், தேவி சரணம்' என்ற நாமகோஷத்துடன் கமுகை இழுத்துக்கொண்டு பறம்பில் அம்மன் எழுந்தருளியிருக்கும் தற்காலிகக் கோயில் முன், மஞ்சள் களபம் பூசி நிறைநாழி நெல்லும் தெங்கம்பூவும் அவலும் பழமும் இளநியும் பலாப்பழமும் படைத்துப் பூஜித்துக் கமுகு நாட்டுவார்கள். பிறகு கமுகின் கொண்டைப் பகுதியில் தீ வைத்து எரிப்பர். நெருப்பு எரிந்ததும் நீலகேசி அம்மன் வெற்றி பெற்று மாமியார் குடும்பத்தை அழித்ததாக ஐதீகம். இந்த ஐதீகத்தைத் தொடர்ந்து எழுநூறு ஆண்டுகளுக்கு மேலாக இட்டகவேலி கோயிலில் நடத்திவருகின்றனர்.

பறம்பு குளம் கோயில் என்று மாறி மாறி நடந்த சடங்கின் பார்வையாளர்களாக நாங்களும் களத்தை மாற்றிக்கொண்டிருந்தோம். மொத்த வேரும் களையும் நிகழ்வு முடிந்ததும் சிதறியிருந்த நாங்கள் ஹரி கடையின் வெளிப்புறமிருந்த அரசமரத்தடி நிழலில் கையில் சாயாவுடன் கூடினோம்.

“ஒவ்வொரு இடத்திற்கும் பங்கேற்பாளர்களோடு பார்வையாளர்களும் நகர்ந்தது ஒரு மூவிங் தியேட்டர் அனுபவமாக இருந்தது” என்றான் ஸ்ரீ.

“கோயில் சடங்குகள் எல்லாமே தியேட்டர் எக்ஸ்பீரியன்ஸஸ்தான். பல நூற்றாண்டுகளுக்கு முன்ன நடந்த சம்பவத்தை மறுபடி நிகழ்த்திக் காட்டுற கூத்து வடிவம்தான் சடங்கு. ஆனா நம்ம யாரும் இன்னும் ஆழமா அதை விளங்கிக்கொள்ளலங்கிறத ஒத்துக்கணும். நேர்மையாச் சொல்லனும்னா நாம அத தகவல்களா பதிவு பண்றோம். அதில இருக்கிற சமூக உளவியல், கதைக்கூறல் இதெயெல்லாம் ஒதுக்கிடுறோம். மரபான ஆய்வு முறைகள் இனிமேல் வேலைக்கு ஆகாது. சைக்காலஜியிலேருந்து நரேடாலஜி வரை எல்லாக் கருவிகளையும் அப்ளை பண்ணிப் பாக்கணும். அப்பத்தான் நம்மளால இந்தச் சடங்குகளைப் புரிஞ்சுக்க முடியும். பக்தர்கள் வெறுமனே சடங்குகளைப் பின்பற்றுறதோடயும் பரவசமடையுறதோடயும் நின்னுடலாம். ஆய்வாளர்கள் ஆழமாப் பாக்கணும் இல்லையா?” கேட்டார் விஜயன் அண்ணன்.

“இந்தக் கமுகு பிடுங்குதல் என்ன சொல்ல வருது சார்?” பதிலுக்கு சுந்தரம் சார் கேட்டார்.

“பழைமையான சடங்குகள் எல்லாத்தையும் இதுதான் அப்படீன்னு துல்லியமா விளக்கிட முடியாது. தோராயமா யூகமா புரிஞ்சுக்க வேண்டியதுதான். அப்புறம் செவ்வியல் மாதிரி நாட்டுப்புற வழமைகள் மாற்றமேயில்லாம இருக்காது. காலந்தோறும் மாறிக்கிட்டே இருக்கும். ஒருவிதத்தில இதுதான் அதுக்க அழகே. ஒருமாதிரி மல்டி டைமென்ஷன் குடுக்குது. வேரும் களையும் இந்தப் பேரே பூர்வகுடிகளுக்கும் குடியேறிகளுக்குமான முரணைச் சொல்ற மாதிரி இருக்கு. அல்லது நாங்கதான் அடிமரம் நீங்க களைன்னு இன்னொரு சமூகத்தைச் சொல்றதா இருக்கு. பாக்கு மரம் லிங்க வடிவமாவும் இருக்கலாம். எல்லாம் யூகம்தான்.”

“ஆனா காணி மக்கள் ஜெயிச்சுடுறாங்க. சடங்கோட நோக்கம் அதுதான் இல்லையா சார்.”

“ஆமா. கிட்டத்தட்ட ஏழு நூற்றாண்டுக்கு முன்ன நடந்த ஒரு துர்மரணம் இரண்டு சமூகத்துக்கு இடையே பகையா மாறி மேற்கொண்டு அசம்பாவிதங்கள் நடக்காம இருக்க வேண்டி ஒரு கோயில், ஒரு வழிபாடு, பழைய சம்பவங்களை நினைவுகூருற மாதிரி சில சடங்குகள். திருப்திபடுத்துற நிகழ்வுகள். எல்லாம் கச்சிதமா அமைஞ்சிருக்கு.”

“எனக்கு இது லைவ்வான ஸ்ட்ரீட் ப்ளே மாதிரி இருந்துது.” நான் சொன்னேன்.

“இந்தியா முழுக்க நடக்குற கோயில் சடங்குகள் பலதும் நீயும் ஸ்ரீயும் சொல்ற மாதிரி ஒருவிதத்துல கூத்துகள்தான். அதுக்கான சமூகப் பொருளாதார அரசியல் காரணங்கள் பலதும் இருக்கலாம். ஆனா வடிவம் கூத்து வடிவம்தான். சில சடங்குகளில தெய்வமே கதாபாத்திரமா மாறி கூத்து நடக்கும். சூரசம்காரம், இராவண வதம் மாதிரி. நம்ம தியேட்டர் ஆளுக எபிக் தியேட்டர், ஃபோரம் தியேட்டர், தேர்ட் தியேட்டர், இன்விசிபிள் தியேட்டர், லெஜிஸ்லேடிவ் தியேட்டர்னு எல்லாம் சொல்றாங்க இல்ல? இந்த மாதிரி நாட்டார் சடங்குகளைப் பாக்குறவங்களுக்கு அதெல்லாம் புதுசு இல்ல.”

“கோயில் இல்லாத அதாவது, ப்ளாக் மேஜிக் மாதிரியான சில தொன்மையான மாந்த்ரீகச் சடங்குகளுக்கும் இது பொருந்தும்தானே.”

“அதுவும் கூத்து வடிவம்தான். அதுல கெட்டத அழிக்குறது, பிடிக்காதவங்களை அழிக்குறது இப்படி சிம்பிள் லாஜிக்தான். இத மாதிரி தொன்மக்கதைகள் இருக்காது.”

“வேலன் வெறியாட்டு, அணங்கு, சங்க கால தொடர்ச்சி.” ஸ்ரீ சொன்னான்.

“மழை, புயல், நெருப்பு இதையே கூத்தா நிகழ்த்திக் காட்டியிருக்காங்க பழங்குடி மக்கள். கதை கெடச்சா விடுவாங்களா.”

“ஆமா இடியை மறுபடி நிகழ்த்துறதுதான் குரவை போடுற வழக்கம்னு எங்கேயோ படிச்சேன்.”

“சடங்குகளை ஆய்வு பண்றப்போ மானுட பரிணாமம் பத்தியும் கவனத்தில எடுக்கணும்”

விஜயன் அண்ணன் உரையாடலை முடித்துக்கொண்டார்.

மொட்டைமாடியில் படுத்துக்கொண்ட நானும் ஸ்ரீயும் நெடுநேரம் வானத்தைப் பார்த்துக்கொண்டேயிருந்தோம். பரந்த அண்டத்தில் எங்கோவொரு பெருவெடிப்பு நடந்துகொண்டிருந்தது. புது பூமியொன்று தோன்றிக்கொண்டிருந்தது.

பத்தாம் நாள்

*தா*ருத யுத்தம் - இன்றுதான் இறுதி நாள். பத்துநாட்கள், ஒவ்வொரு நாளும் உரையாடலுக்கான பல்வேறு புள்ளிகளைத் திறந்துவிட்ட நீலகேசி அம்மனின் கொடைவிழா நிகழ்வின் கடைசி நாள். எனக்கு உறக்கம் வரவில்லை. இரண்டு மணிக்கே எழுந்து மாடி மூலையில் மடை பக்கம் போய்விட்டுப் பலதையும் யோசித்தபடி படுத்துக் கிடந்தேன்.

மார்க்கண்டேய புராணத்தில் தாருதன் கதை படித்திருக்கிறேன். தாருகன் என்றும் அழைக்கிறார்கள். தாரகன் என்றும். ஆய்வாளர்கள் பெரும்பாலும் தாருதன் கதையைக் கேரள மண்ணுக்கே உரிய தொன்மமாகச் சொல்கின்றனர். தாருமதியின் மகன் தாருதன். வழக்கமான அசுரர்களைப் போல் பிரம்மாவிடம் பெரும் வரம் பெற்று தேவர்களைத் துன்புறுத்துகிறான். நாரதர் சிவனிடம் முறையிட சிவன் தாருதனைக் கொல்ல சப்த கன்னியரை அனுப்புகிறான். அவர்கள் தாருகனிடம் தோற்றுவிட, சிவன் கோபத்தோடு கண்களைத் திறக்கிறான். அவனது கழுத்து விஷம் கண்கள் வழி வெளிப்பட அதிலிருந்து கரிய தேவி பிறக்கிறாள். பத்ரகாளி எனும் அவளுக்கு சிவன் ஆயதங்களையும் வேதாளை எனும் வாகனத்தையும் கொடுக்கிறான். காளி தாருதனுடன் போரிடுகிறாள். காளி தாக்குகிறாள் இரத்தம்

வழிகிறது. வழிந்த இரத்தத்திலிருந்து புதிய தாருதன் முளைக்கிறான். நெடுநேரம் சண்டை தொடர்கிறது. காளி தன் உடலிலிருந்து குரூரமான மிருகத்தைப் பிறப்பிக்கிறாள். அது தாருதனின் இரத்தத்தை நக்கிக் குடிக்கிறது. காளி மூர்ச்சையாகிக் கிடக்கும் தாருதனை மடியில் கிடத்தி அவனது தலையைக் கிள்ளி எறிகிறாள். அவன் முக்தி அடைகிறான். தமிழகத்தில் தாருதன் கதை பெண் தெய்வங்களுடன் தொடர்புபடுத்தப்படுகிறது. வட்டார பெண் தெய்வங்கள் பலவும் தாருதனை வதைத்த காளியின் உருவாகப் புனையப்பட்டுள்ளது. தாருத வதம் அல்லது காளி விஜயம் என்ற கதை பழங்குடிகளோடு பெரும்பாலும் இணைக்கப்பட்டுள்ளது. பழந்தமிழ் அரசர்களுக்கும் பழங்குடி அரசர்களுக்கும் இடையே நடந்த போரே தாருதன் கதையாகப் பரிமாணித்திருக்கிறது.

தாருதன் கதைப் பற்றிப் படித்த செய்திகள் ஒவ்வொன்றாகக் கட்டுரை போல் அந்த அதிகாலையில் மூளைக்குள் ஓடின. விஜயன் அண்ணன் நீலகேசி கொடைவிழாவில் ஏழும், ஒன்பதும், பத்தும் முக்கிய நாட்கள் என்று சொன்னது சரிதான். நான் கள ஆய்வுக்காகச் சென்ற இந்தியப் பகுதிகள் எவற்றிலும் இல்லாத அடர்த்தியும் ஆழமும் கூடிய இந்தச் சடங்குகள் தென்பகுதியில் குறிப்பாக, குமரி மாவட்டத்திலும் கேரளத்திலும் மட்டுமே கண்டிருக்கிறேன். இந்தச் சடங்குகளோடு தொடர்புடைய மக்கள் மிகவும் தொன்மையானவர்கள் என்று என்னால் உறுதியாகச் சொல்ல முடியும். சிலப்பதிகாரத்திலும் தாருகன் கதை வழக்குரை காதையில் வருகிறது. இந்தக் கதைகளில் தென்படும் கற்பனைவளம் கிரேக்க ரோமானிய பழந்தொன்மங்களுக்குச் சவாலானவை. அசுரர்கள் இயற்றிய கடுந்தவம் பற்றியே சிறப்பான விவரணைகள் உண்டு. ஒற்றைக் காலில் சூரியனைப் பார்த்துக்கொண்டு நூறு ஆண்டுகள் தவம்; பெருவிரலை மட்டும் ஊன்றி நூறு ஆண்டுகள் தவம்; நீரை மட்டும் உட்கொண்டு நூறு ஆண்டுகள் தவம்; காற்றை மட்டும் உட்கொண்டு நூறு ஆண்டுகள் தவம்; ஜலத்தில் நூறு ஆண்டுகள் தவம்; வெயிலில் நூறு ஆண்டுகள் தவம் என்று புராணங்களில் சொல்கிறார்கள். தாருகன், தாரகன், தாருதன் மூன்று பேரும் ஒருவரா, வேறு வேறா என்பதும் குழப்பமாக இருக்கிறது.

விடியலின் சிறு கீற்றுகள் பரந்து வெளிப்படத் தொடங்கின. நான் மெதுவாகக் கீழே இறங்கி இட்டகவேலி முக்கு வரை நடந்தேன். கோயில் சந்தடியின்றி ஆழ்ந்து அமைதியாக இருந்தது. இன்னும் சில மணித்துளிகளில் களமெழுத்துத் தொடங்கிவிடும். இடக்கையில் தாருதனின் தலையோடு

அம்மன் உருவம், நாலு ஆள் உயரத்துக்கு. வண்ணப்பொடிகளால் ஆன இந்த உருவங்களை எழுதி அழிக்கும் சடங்கு தொல் சடங்குகளின் எச்சம். பேய் பிடித்த நபர்களுக்குப் பேய் விரட்ட மாந்த்ரீகத்துக்குச் செல்லும் செம்பங்காணி முதலில் வண்ணங்களால் ஆன உருவத்தை வரைந்து நடுவில் வட்டமும் அதன் நடுவே அறுகோணம் வரைந்து வெட்டிமுறிப்புச் செய்வதைச் சிறுவயதில் விடுமுறைக்கு வரும்போது உடன்செல்லும் அப்பா சொல்லியிருக்கிறார்.

நாங்கள் கோயிலுக்குள் வந்த நேரத்தில் தோடயம் என்னும் வாழ்த்துப் பாடல் பாடிக்கொண்டிருந்தனர். ஒருபுறம் தீபவிளக்கு எரிந்துகொண்டேயிருக்க... ஐந்து வண்ண மாவுப்பொடிகளால் அம்மன் உருவம் சாத்திரவிதி பிறழாமல் தரையில் வரையப்பட்டிருந்தது. வெள்ளைக்குப் பச்சரிசி மாவு, மஞ்சளுக்கு மஞ்சள் பொடி, சிவப்புக்கு மஞ்சளும் சுண்ணாம்பும் கலந்த கலவை, கருப்புக்கு உமியை எரித்தெடுத்த கரி, மஞ்சாடி இலையை உலர்த்திப் பொடியாக்கிய பச்சை... களமெழுதுபவர் மூன்றுநாள் விரதம் இருந்து உருவம் எழுத வேண்டும். களமெழுதுபவர் புள்ளுவர்கள். அவர்கள் பாடும் பாட்டுப் புள்ளுவப் பாட்டு. இரண்டும் சேர்த்துக் களமெழுத்தும் பாட்டும். எழுதி முடிந்ததும் தோடயம் பாடுவர். தோடயத்தில் கணபதி முதலாகப் பலவகைத் தெய்வங்களும் வாழ்த்தப்படும். இந்த வாழ்த்தில் நாட்டார் தன்மை உண்டு. தோடயம் பாடி முடிந்ததும் தாருதன் வதைப் பாடல் தொடங்கியது. பின்னணியாக நந்துனி என்னும் குழல் இசைக்கருவி இசைக்கப்பட்டது. கூடவே திமிலை, வீக்கு செண்டை இலைத்தாளம், சேங்கிலை, சங்கு திமிலை, சேகண்டி, முழவு ஆகிய பஞ்ச வாத்தியங்கள் இசைக்கப்பட்டன. தாருகனைப் பற்றிய பாடல் வரிகள் தமிழும் மலையாளமும் கலந்து வந்தது.

அடுத்து தாருத யுத்தம். கணியர் இன பூசாரி ஒருவர் முடி பீடத்தைத் தலையில் எடுக்க, தாருகன் வேடமிட்ட மற்றொருவர் தாக்க வருகிறார். இருவருக்கும் சண்டை நடப்பதுபோல் ஒருசில அடவுகள். மீண்டும் மீண்டும் களத்தைச் சுற்றி வந்து சண்டை. இறுதியில் நீலகேசி அம்மன் வேடமிட்டவர் வெற்றி பெறுவதாகச் சடங்கு நிறைவு பெற்றது.

பூஜை முடிந்ததும் களம் அழிப்பு. அது பிறிதொரு நாட்டிய நடனம் போலிருக்கும். கமுகம் பூவைக் கொண்டே களமழிப்பார்கள். அழிப்பது புள்ளுவத்தி. முன்னொரு காலத்தில் அம்மன் உருவின் மார்பு பகுதி பச்சரிசி மாவினால் செய்யப்பட்டு அதைப் பிரசாதமாகக் கொடுப்பதும் இருந்து வந்திருக்கிறது. இறுதியாகத் தீபவிளக்கில் பொடியிட்டு அணைக்கச் சடங்குகள் முடிந்தது.

நீலகேசி மாமனை வென்றதைக் குறிப்பாக உணர்த்துவதே தாருதவதம். தாருதன் உண்மையில் அம்மாவன். நீலகேசியைக் காளி வடிவோடு பொருத்திக்கொள்வது போல் அனேகமாக எல்லாப் பெண் தெய்வக் கோயில்களிலும் வழக்கமாகியிருக்கிறது. அந்தந்த வட்டாரக் கதைகளில் தாருதனாக அந்தந்தக் கதையின் எதிர்நாயகன். ஒருவகையில் மேல்நிலையாக்கம்.

நண்பன் ஸ்ரீஜித்தை வெளியில் பார்த்தோம். கலுங்கில் அமர்ந்தபடி தாருத வதம் பற்றி அங்குள்ள வட்டார நம்பிக்கை ஒன்றைச் சொன்னான். நீலகேசி தாருகனை வதம் செய்து தலையைக் கொய்தபோது தலை தனியே துண்டாகி இன்றும் இட்டகவேலி பறம்பில் கல்லாகி கிடக்கிறதாகவும் தாருகனின் உடல் அருகிலுள்ள மங்கலம் ஊரில் கல்லாய்க் கிடப்பதாகவும் ஐதீகம். கொடைவிழாவின் பத்தாவது நாள் இந்தக் கற்களிலிருந்து இரத்தம் வடியும் என ஒரு கதை சொல்கிறது. முன்பு விழா நாட்களில் இந்தக் கற்களுக்கும் சிறப்புப் பூஜைகள் நடைபெற்றிருக்கின்றன.

ஐவரும் வெளியில் டீ குடித்துவிட்டுச் சற்றுநேரம் பேசிவிட்டுப் பிரிந்தோம்.

களமழிப்பின்போது பறந்த வண்ணப்பொடிகளும் அந்த இசையும் எங்களைச் சுற்றிச் சுற்றி வந்தன. நாங்கள் நடந்துகொண்டிருப்பதுபோல் நடனமாடிக்கொண்டிருந்தோம். நந்துனியை நான் ஊதிக்கொண்டே வந்தேன். ஸ்ரீ இலைதாளத்தை ஜிங் ஜிங் என அடித்துக்கொண்டிருந்தான். விஜயன் அண்ணன் திடீரென முடி பீடத்தைத் தூக்கித் தலையில் வைத்துக்கொண்டு ஆடினார். ஆட்டின் உடலும் சுந்தரம் சாரின் தலையுமாக ஒரு வினோத மிருகம் களத்தைச் சுற்றி நடனமாடியபடி வந்தது. ஆட்டம் உச்சம் பெற்றது. நானும் ஸ்ரீயும் இன்னும் இருவராக ஆனோம். நந்துனியும் இலைதாளமும் உச்சஸ்தாயியில் இசைத்தன. இன்னும் இருவராக ஆனோம். செண்டையும்

சேகண்டியும் முழவும் ஓங்கி ஒலித்தன. சுந்தரம் சார் அதிவேகத்தில் சுழன்று தருகனைப் போல் சிரித்தார். ஒரு கமுகு மரத்தின் உயரத்துக்கு விஜயன் அண்ணன் இப்போது வளர்ந்திருந்தார். ஒரு கண்ணிமைப் பொழுதில் விஜயன் அண்ணன் காளியாக மாறி சுந்தரம் சாரின் தலையயைக் கிள்ளி எறிந்தார். பெரும் பாறை போலிருந்த இரண்டு கற்கள் உருண்டு உருண்டு எங்களைத் துரத்தின. பாறைகளிலிருந்து இரத்தம் பெருக்கெடுத்து வழிந்துகொண்டிருந்தது.

எப்போது உறங்கினேனோ தெரியவில்லை.

நாள் பதினொன்று

இந்த முறையும் ஸ்ரீதான் ஆரம்பித்தான். நாங்கள் மீண்டும் திற்பரப்பு அருவிக்குச் சென்றுகொண்டிருந்தோம். வரும் வழியில் ஊர் திருப்பத்தில் நான் இறங்கிக்கொள்வதாகச் சொன்னேன். இன்னும் ஒருவாரம் இருந்து எழுத்து வேலைகளை முடித்துவிட்டுக் கல்லூரி செல்ல வேண்டும். கார் மெதுவான வேகத்தில் சென்றுகொண்டிருந்தது. மரங்களடர்ந்த நிலப்பரப்பில் வெயில் அறவே தெரியவில்லை.

"மைக்ரேட்டரி லெஜண்ட்ஸ் பத்தி என்ன நெனைக்கிறீங்க சார்?"

விஜயன் அண்ணன் சொல்லத் தொடங்கினார்.

"பழைய காலத்துப் பாட்டி வடை சுட்ட கதை, கோடாலி குடுத்த தேவதை கதை இதெல்லாம் இங்க தோன்றி அங்கே போய் அப்புறம் மறுபடியும் அங்கேயிருந்து இங்க வந்ததா சொல்றாங்க. சின்ட்ரெல்லாயிலேருந்து நல்லதங்காள் வரை உலகம் முழுக்கக் கதைகள் ட்ராவல் பண்ணிகிட்டேயிருந்திருக்கு. மைக்ரேட்டரி சரியான வார்த்தை. மனிதர்களைப்போல கதைகளும் புலம்பெயரும்.

நெறைய உதாரணங்கள் உண்டு. வெளிநாடு உள்நாடு எல்லா இடத்துக்கும் கதைகள் பரவும். ஸ்நோ வொயிட்டும் ஏழு சித்திரக்குள்ளர்களும் கதை இங்கே ஏழு சகோதரர்களும் ஒரு சகோதரியும் கதையா திரியுது. பொன்னிறத்தாள் கதை, பூலாங்கொண்டாள் கதை, பூனாத்தா அம்மன் கதை அதேதான். குந்தள நாட்டு அரிஷ்டநேமி சிற்பி கதை மிடாஸ் கதை மாதிரியே இருக்கும். துளு நாட்டுக் கோரகர் பழங்குடி கதையில நம்ம நந்தன் மன்னன் கதையில வர்ற மாதிரி விருந்துக்கு அழைச்சு மாளிகையைத் தரைமட்டமாக்கிக் கொல்றாங்க."

"அண்ணா எனக்கு விநோதமா தெரியுற ஒரு விஷயத்தைச் சொல்றேன். இந்தக் கதைகளில் தெரியுற அரசியல். பொதுவா ஒடுக்குமுறைக்கு உள்ளாகுற சமூகங்களைப் பற்றிய கதைகள் தானா உருவாகுதா, உருவாக்கப்படுதா. எப்படிச் சமூகங்கள் தங்களுக்கான கதைகளை உருவாக்குதோ அதேமாதிரி பிற சமூகங்களைப் பத்தியும் கதைகளை உருவாக்கும். பழமொழிகள், சொலவடைகள் இதுல நாம பாக்குறோம். தாங்கள் அல்லாத பிற சமூகங்களை இழிவாப் பாக்குறது வழக்கம். பாப்பானுக்கு மூத்தவன் பறையன் கதை உங்க எல்லோருக்கும் தெரியும். காமதேனு பசு சொர்க்கத்தில இருந்து இறங்கி வருது. அதைத் தம்பிக்காரன் பாப்பான் துண்டு துண்டா வெட்டி சமைச்சுக் குளிச்சிட்டு வந்து படையல் போடுறான். காமதேனு சொர்க்கத்துக்குத் திரும்பிப் போயிடும். தினமும் நடக்குற இந்தச் சடங்குல கர்ப்பமா இருக்குற அண்ணன் பறையனோட மனைவி தம்பி குளிக்கப் போயிருக்குற நேரமாப் பார்த்து ருசி பொறுக்க முடியாம ஒரு துண்டை கணவன்கிட்ட சொல்லிக் கேட்டு சாப்பிடுறா. தம்பி வந்து பூஜை செய்யுறான். காமதேனு எழும்பலை. அப்புறம் அதுக்கு ஊர்கூடி தீர்ப்பு வழங்குது. இப்படித்தான் பாப்பானுக்கு மூத்தவன் பறையன் கேப்பாரில்லாம கீழாப் போனான்னு பழமொழியோட தோற்றத்தைச் சொல்றாங்க. எப்பவும்போல இந்தக் கதைக்கும் நெறைய வெர்ஷன்ஸ் இருக்கு. ஆனா, எகிப்து தொன்மக் கதை ஒண்ணைப் படிச்சப்புறம்தான் இந்த மாதிரி கதைகளைத் திட்டமிட்டு உருவாக்குறாங்கன்னு தெரிஞ்சுது.

இசிஸ் ஓசிரிஸ்ன்னு இரண்டு தெய்வங்கள் கதையில பெர்சியாலேயிருந்து வர்ற அவங்க எதிரி கேம்பிசஸ், புனித காளையான ஏபிஸ்ஸை வெட்டிக் கொல்றான். அப்போ ஒரு நாய் அந்தச் செத்த மாட்டைத் தின்னுது. எகிப்துல இப்பவும் எப்படிப் பூனை புனிதமா பாக்கப்படுதோ அதேமாதிரி அதுவரை புனிதமா இருந்த நாய்கள் அன்னையிலேருந்து இழிவா பாக்கப்படுதுன்னு

அந்தக் கத சொல்லுது. இந்தக் கதை வணிக கலாச்சாரத் தொடர்புகள் மூலமா ஈஜிப்ட்லேயிருந்து ட்ராவல் ஆகி இங்க வந்திருக்க வாய்ப்பிருக்குது அல்லது யாரோ இந்த எகிப்து தொன்மத்தைத் தெரிஞ்சவங்க உருவாக்கின கதை பாப்பான் பறையன் கதைன்னு தோணுது. கதைக் கூறன் ஒரேமாதிரி அமைஞ்சிருக்கு. நாய்க்குப் பதிலா பறையன்னு மாத்திறாங்க. செத்த மாடு - பறையன் இப்படி இணைக்கிறாங்க. பாப்பான் காமதேனு பூஜைன்னு கதைப் போகுது. அதே புனிதம் தீட்டு எதிர்மறைதான்.

“மாட்டுக்கறி பற்றியே நெறைய தொன்மங்கள் இருக்கும் போல.'' ஸ்ரீ அவன் பங்குக்கு சொன்னான். “பெருமாள் மாட்டுக்காரர் கதை, அப்புறம் தோல்பாவை கூத்துக் கலைஞர்கள் தோற்றக் கதை, மற்ற சமூகத்தில திருமணம் செய்யப் போன நேரத்தில அவங்க வீட்ல மாட்டுக்கறியும் மாட்டுத் தலையும் இருந்ததால கல்யாணம் பண்ணாம போனதா சொல்லுது. இழிவு அதுமூலமா அகமணமுறை ரெண்டும் மாட்டுக்கறியோட தொடர்புபடுத்தப்படுது.”

“குலைவாழை இசக்கி கதை கேள்விப்பட்டிருக்கீங்களா? என்கிட்டே கதைப்பாடல் மேனுஸ்க்ரிப்ட் இருக்கு.” விஜயன் அண்ணன் கேட்டார்.

“அந்தக் கதையில புலைய சமுதாயத்தைச் சேர்ந்த தம்பதிகள். வாழைத் தோப்பு காவலுக்குப் பணியமர்த்தப்படுறாங்க. மனைவி கர்ப்பமா இருக்கா. வாழைப்பழம் வேணும்னு ஆசையாக் கேக்குறா. புருஷன் கொண்டு வரான். ரெண்டு பேருமா முழு வாழத்தாரையும் சாப்பிட்டுறாங்க. வாழைத்தோப்பு உரிமையாளர் ரெண்டு பேரையும் கொன்னுடுறதா கதை இருக்கு.”

“ஓ.என்.வி.குறுப்போட தொம்மனும் மக்களும் கதை, அண்ணாத்துரையோட செவ்வாழை கதை ரெண்டுக்குமே இதே மாதிரி மோடிஃப்தான்.'' மெதுவான குரலில் இடையில் சுந்தரம் சார் சொன்னார்.

“ஒடுக்குமுறைக்கு உள்ளாகுற மக்கள் எல்லோருமே சோத்துக்கு அலஞ்சு செத்தவங்களா சொல்றது மிகப்பயங்கரமான அரசியல்.'' எனக்குக் கோபம் பீறிட்டது.

“நீலகேசி கதையுமே தீண்டப்படாதவர்களா அடையாளம் காணப்பட்ட கணிப்பறையன் இன மக்களை அடிமைத்தனத்திலிருந்து விடுவிக்க அவங்க தெய்வமே மறுவடிவம் பூண்டு ஒரு நாயர் வீட்டில் மகளாகப் பிறந்ததாகச்

சொல்றாங்க." விஜயன் அண்ணன் மேலும் சொன்னார். நான் இந்த வடிவம்தான் உண்மையானதுன்னு நம்புறேன்.

"அதுதான் மாட்டுக்கறி இந்தக் கதையிலும் வருதே. சந்தேகமே இல்ல."

"நீலகேசி நாயர் பொண்ணா இருந்தாத்தான் என்ன. நீர்த்துப்போகச் செய்தல், இணக்கத்தை உற்பத்திச் செய்தல்னு நாம அரசியல் வகுப்புல படிக்கிற பல சொல்லாடல்களை இந்தக் கதைகளில இந்த வழிபாட்டுல பொருத்திப் பார்க்கலாம்." நான் முடித்துவைத்தேன்.

நாங்கள் குளித்து முடித்துக் கிளம்பினோம். சுந்தரம் சார் காரைச் செலுத்திக்கொண்டே,

"இந்தக் கோயிலோட இணைஞ்சு சொல்லப்படுற தொன்மங்களும் கதைகளும் அற்புதமானது. இந்தக் கோயில்ல நடக்கிற அம்மையிறக்க திருவிழா உலகத்தில் எந்த இடத்திலேயும் இல்லாத சிறப்பும் அசாத்தியமான புனைவு சாத்தியமும் கொண்டது." பேசிக்கொண்டே வந்தவர் திடீரென ஆவேசமானார். "சாதாரண தட்டையான பார்வை கொண்ட கல்விமான்களுக்கும், சதா கோஷம் போடுற போராளிகளுக்கும் இது புரியாது. மௌனமான ஆர்ப்பாட்டமில்லாத ஒரு சமூகப் புரட்சி இதில இருக்கு. சமூகச் சமத்துவம் இருக்கு. எல்லாச் சமுதாய மக்களும் இப்போ இந்தக் கொடைவிழாவை முன்னிட்டு ஒரே குடைக்குள்ள ஒண்ணா வந்துடுறாங்க." சுந்தரம் சார் யாருக்கோ பதில் சொல்வது போலவே எப்போதும் பேசிக்கொள்வார். இந்தமாதிரி நேரங்களில் சிறு ஆவேசமும் சீண்டலும் அவர் பேச்சில் இழையோடும். ஸ்ரீகாந்த் எதிர் கருத்துகள் இருப்பதுபோல் முகத்தை வைத்துக்கொண்டான். எனக்கும் ஏதோ உறுத்தியது. ஆனாலும் ஸ்ரீகாந்த் வாதிடவில்லை. சுந்தரம் சார் மித்தாலஜியில எக்ஸ்பெர்ட். பொதுவாக வாதிடுவது கிடைக்கக் கூடிய தரவுகளையும் அபூர்வமான தருணங்களையும் இழப்பதாக அர்த்தம். ஸ்ரீகாந்த் அதைச் சரியாகப் புரிந்து வைத்திருந்தான். ரிவ்யூ மிரரில் பார்த்திருப்பார்போல, பிறகு சுந்தரம் சார் எதுவும் பேசாமல் ரோட்டில் கவனம் செலுத்தினார்.

உரையாடலை விஜயன் அண்ணன் தொடர்ந்தார்.

"தாந்த்ரீக எச்சங்கள் இந்த வழிபாட்டுல இருக்கா அண்ணா?"

"கொல்லங்கோடு கோயில்ல நாக அத்தி மரமாக்கும் ஸ்தல விருட்சம்.

அதனால தாந்திரிக வழிபாட்டு எச்சமாக இருக்கலாம். அதேமாதிரி புள்ளுவப் பாட்டு நாக வழிபாட்டோட தொடர்புள்ளதா ஆய்வாளர்கள் சொல்றாங்க."

"நீலகேசி பௌத்த அடையாளமா? சமண அடையாளமா?"

"தமிழ் மரபில ஸ்ரமண மதங்களை நீங்க கறாராகப் பிரித்துச் சொல்ல முடியாது. அயோத்திதாசர் பௌத்தம், சமணம், ஆசீவகம் மூன்றையுமே கிட்டத்தட்ட ஞானத்தின் படிநிலைகளாக இல்லறம், துறவறம், முக்தி என்பதுபோல் வைக்கிறாரு. அம்மே சரணம் தேவி சரணம் என்று பக்தர்கள் கோஷம் போடுவது இந்த வழிபாட்டோட நாட்டார் பௌத்தத் தன்மையைக் காட்டுது. நீலகேசி இந்தப் பேரு சமண காப்பியத்தின் பெயராக இருந்தாலும். இதே பகுதியில கேசன், கேசிங்கிற யட்ச யட்சிகளின் பெயர்களும் பிரபலம். சமண பௌத்த ஆசீவக அடையாளங்கள் தமிழகத்தில் குழப்பமானவை. தமிழ்ச் சமணமும் வடக்கேயுள்ள ஜைனமும் வேறு வேறுன்னும் ஒரு தியரி இருக்கு."

"சேட்டா நீங்க சொல்ற மாதிரி இந்தத் தொன்மத்தோட மையம் ஒடுக்கப்பட்ட சமூக உளவியல் திருப்தியா இருக்கலாம், அல்லது விஜயன் சார் சொல்ற மாதிரி மரணத்தை ஏமாத்துறதா இருக்கலாம், இல்ல சுந்தரம் சார் முன்வைக்கிற பழங்காலச் சமூகச் சமத்துவமா இருக்கலாம். இதெல்லாம் உங்களோட தனிநபர் சார்பும் உங்க விருப்புறுதியும் சார்ந்து இருக்கு. நினைவுக்கதைகள், சமூகத் தொன்மங்கள், பழமரபு, வட்டாரத் தொன்மம், குடும்பத் தொன்மம் இப்படி எந்தப் பழமரபுக்கதைத் தன்மையை எடுத்துக்கிட்டாலும் இந்தக் கதையில அந்தக் கூறு இருக்கு. ஆனா, குளவியை ஒரு தேரா மாத்தி அதைத் தூக்கவில் நேர்ச்சைன்னு உருவாக்கின அந்த கிரியேட்டிவிட்டி அசாத்தியமா இருக்கு." ஸ்ரீ சிலாகித்தான்.

"என்னதான் இருந்தாலும் இந்தக் கதையில இருக்கிற அரசியல்தான் என்னைத் தொந்தரவுக்குள்ளாக்குது" என்றேன் நான்.

"ஒரு கதை, அதில இருக்குற புனைவுத் தன்மையை முதன்மையாப் பாக்குறவன் படைப்பாளி; அதில இருக்குற தத்துவக் கூறைப் பாக்குறவன் கோட்பட்டாளன்; அரசியலைப் பாக்குறவன் அரசியல்வாதி அல்லது செயற்பாட்டாளன்; எல்லாத்தையும் உள்வாங்குறவன் ஆய்வாளன். என்னைப் பொறுத்தவரை ஒரு நடைமுறைவாதியா நான் இந்தக்

கதையை இரண்டு சமூகத்தோட இணக்கத்துக்கான கருவியா பாக்குறேன். தத்துவார்த்தமா பாக்கணும்னா நான் என்பது பிளவுபட்ட ஒரு கருத்துரு. அது எதிர்மறைகளை உருவாக்கும். அரசியல் இந்த இரட்டைத் தன்மையை மேலும் பிளவுபடுத்தும். மதம் அந்தப் பிளவை ஒன்றாக்குற வேலையைச் செய்யணும். ஆனா மதமும் அரசியல் செய்யுற வேலையைத்தான் செய்யும். உண்மையான ஆன்மிகம் இந்த நான் அப்படிங்குற பிரிந்துகிடக்கும் உணர்வை ஒண்ணாக்குது. அதுக்கு இந்த மாதிரி வழிபாடுகள் உதவினா நல்லதுதானே.''

“இப்போ நிலுவையில இருக்கிற மண்டைக்காட்டம்மன் கதை மாதிரி எத்தனை கதைகள் இடைச்செருகலோட இருக்குன்னு நாட்டார் வழக்காற்றியல் ஆய்வாளர்கள் எல்லோருக்கும் தெரியும். மக்கள் மத்தியில உண்மையான கதையையோ வரலாறையோ முன்வைக்குறதும் ஆய்வாளர்களோட கடமை இல்லையா? இது மட்டுமில்ல என்னமோ பழங்குடிகளை இவங்கதான் நாகரிகப்படுத்தின மாதிரி எல்லாரும் உரிமை கோருறாங்க. அதுக்கு நன்றியையும் எதிர்பாக்குறாங்க. யாரையும் சுரண்டாம, யாருக்கும் துன்பம், துரோகம் செய்யாம, எல்லோரையும் நம்பி அன்போட இருக்குறது நாகரிகமில்லையா? இன்னிக்கு எல்லோரும் பேசுற சூழியல், ஆர்கானிக் எல்லாம் நாங்க காலங்காலமா பண்றோம். காட்டுவாசி நரபலி, இனக்குழு மோதல்கள் இதெயெல்லாம் எதிர்வாதமா வைக்கலாம். அது ஒட்டுமொத்த மானுடகுல வளர்ச்சிப் போக்குல வந்த வழி. பொதுச் சமூகம் முழுக்க நாகரிகம் அடைஞ்சதா சொல்லிக்கிட்டாலும் எங்களால அவங்களை மாரி இருக்க முடியலை. நாங்க பொதுச் சமூக ஓட்டத்துல பின்தங்கிட்டோம். அதுக்காக வருத்தப்பட்டதில்ல. யாரையாவது பாத்துப் பயப்படுவோம், ஆனா வெறுக்கமாட்டோம். எங்க வாழ்க்கை யாரையும் வெறுக்கச் சொல்லித் தரலை.''

விஜயன் அண்ணன் உதவிகளுக்காக உணர்வுகளையும் கருத்துகளையும் பலி கேட்பதில்லை. நட்புணர்வையும் பணிநடைமுறைகளையும் குழப்பிக்கொள்வதில்லை. ஆசிரியரெனும் அதிகாரத்தைக் கைகொண்டதே இல்லை. இதையெல்லாம் எங்களுக்கு நேரடியாகச் சொல்லாமல் நாங்கள் புரிந்துகொள்ளும்படி உணர்த்தியிருந்தார். அவரிடம் தயங்காமல் எதிர்வாதம் புரியலாம்.

“நீங்க என்னதான் சொன்னாலும் எங்க மக்களோட கோணத்திலேயிருந்து உங்களால பாக்க முடியல. பாக்க முடியாது அண்ணா.” நான் என் குரலில் கலந்திருந்த வெறுப்பைக் கொஞ்சம் அதிகப்படியாகவே அனுமதித்தேன்.

விஜயன் அண்ணன் புன்னகை மாறாமல் என்னிடம் மிக மென்மையாகச் சொன்னார்...

“முன்னாடியெல்லாம் நெல்லை மாவட்டக் கத்தோலிக்கக் கோயில்களில் திருப்பலி ஆராதனைகள் முடிஞ்சதும் ஒருத்தருக்கொருத்தர் சமாதானம் சொல்லிப்பாங்க. கொஞ்ச நாளைக்கு முன்னாடி வந்த படத்துல கூட அதை ஒரு நகைச்சுவைக்காகப் பயன்படுத்தியிருந்தாங்க. அதுவொரு அற்புதமான சடங்கு. சமாதானம் சமாதானம், அவர்கள் ஒருவரையொருவர் கைகூப்பி வணங்குவது அத்தனை நெகிழ்வாய் இருக்கும். குடும்பப் பகையில் இருப்பவங்க, சில்லறை விஷயங்களில் எதிரி ஆனவங்க, சொத்துச் சண்டையிட்டவங்க, வழக்கு தொடுத்தவங்க யாராக இருந்தாலும் வணங்கிச் சமாதானம் சொல்லிட்டா பகையை மறந்துடணும். நம்ம ஊர் ஆர்.சி.சர்ச்சுகளில் நான் பார்த்ததில்லை. ஒருவிதத்தில் இந்த நூற்றாண்டு விநோதமானது. எப்போதோ ஏதோவொரு காலத்தில் யாராரோ செய்த தவறுகளுக்கு நாம் பதில் சொல்லிக்கொண்டும் பகைமை கொண்டும் இருக்க வேண்டியிருக்கிறது. இப்போதைய தவறுகளுக்கு ஒடுக்குமுறைகளுக்குச் சட்டப்படி தண்டனை வழங்குவது இந்த யுகத்துக்குச் சரி. ஆனால், எப்போதோ நடந்த ஒடுக்குமுறைக்கு இப்போது சம்மந்தமில்லாத ஒருவருக்குத் தண்டனை வழங்குவது சரியா?” விஜயன் அண்ணன் என் கண்களைப் பார்த்துக் கேட்டார்.

கல்விப்புல ஆய்வுகளில் ஆய்வு நோக்கம் என்று ஓர் உபதலைப்பை இடுவார்கள். அதை எதற்குப் பயன்படுத்துகிறார்கள், என்ன நிரப்புகிறார்கள் என்பது வழிகாட்டியைப் பொறுத்தது. நான் எனக்குள் கேட்டுக்கொண்டேன். இந்த ஆய்வின் நோக்கம் என்ன? இது எனக்கோ இந்தச் சமூகத்துக்கோ அளிக்கப் போவது என்ன? வெறுமனே கதைகளையா? இல்லை தென்கோடியின் ஒரு கிராமத்தில் நடக்கும் திருவிழாவின் பதிவுகளையா? ஆவணப்படுத்தல் எவ்வளவு முக்கியமோ அதே அளவு முக்கியத்துவம் அதன் நோக்கத்துக்கும் உண்டு. விஜயன் அண்ணன் சொன்னதில் சிறு நெருடல் எனக்கிருந்தது. அதை நான் கேட்டும்விட்டேன்.

“இந்த யுகத்திலும் ஒடுக்குமுறைக்கு ஆளானவங்கதான் மீண்டும் மீண்டும் சமாதானத்துக்குப் போகணுமா? இத மாதிரி மேல்நிலையாக்கம் செய்யப்பட்ட ஒரு சமாதானம் ஒடுக்கப்பட்ட உளவியல்ல என்ன மாற்றத்தை ஏற்படுத்தும். ஒடுக்குறவங்க உளவியல் இன்னும் வலுப்பெறாதா?”

“ஒடுக்கப்பட்டவங்கதான் சமாதானதுக்குப் போகணும்னு நான் சொல்லல. யாரா வேணும்னா இருக்கலாம். ஒடுக்கின தரப்பு முன்வரணும், இல்லேன்னா இந்தப் பக்கம் முன்வரணும். கைய வெட்டுறதுன்னா யாரு மொதல்லன்னு யோசிக்கலாம் நாம கையக் குலுக்கறதுக்குதானே முன் வர்றோம். கண்டிப்பா மது சொல்றதில அந்தப் பிரச்சனை இருக்கு. ஆனா அஹிம்சா வழியைப் பின்பற்றுறவனா என்னால உறுதியா சொல்ல முடியும். வன்முறையையோ அல்லது எந்த எதிர்வினையையும் ஆற்றுறதுக்கான நியாயங்கள் ஒடுக்குமுறைக்கு உட்படுத்தப்பட்டவர்களுக்குத்தான் உண்டு. ஒடுக்குமுறைக்கு உட்பட்டவர்கள் எதிர்வினையாற்றினா உருவாகுற விளைவுகளைப் பத்தி யோசிச்சாங்க.”

“இது பயமுறுத்தலா அண்ணா? கிட்டத்தட்ட நூறு வருஷமா இதைக் கேக்குறோம்.” கோபத்துடனே கேட்டேன்.

“இல்ல மது யதார்த்தம். ஒரு சமாதானம் சொல்றதுல என்ன ஆயிடப் போவுது. யாரு சொன்னா என்ன. வெறுப்பில இருந்து எதையும் உருவாக்கிட முடியாது. இந்தத் தலைமுறைமேல எனக்கு நம்பிக்கை இருக்கு. போன தலைமுறையில நடந்த தவறுக்கு ஸ்ரீகாந்த் பொறுப்பாக முடியுமா? மதுவுக்கும் ஸ்ரீகாந்துக்கும் இடையில சமாதானம் நிகழ வாய்ப்பில்லையா?”

“யதார்த்தம் என்னென்னு எனக்குத் தெரியல அண்ணா. ஆனா நான் இந்த ஆய்வோட சமூக நோக்கமா இந்தச் சமாதானத்தை வச்சுக்கிறேன்.”

விஜயன் அண்ணன் புன்னகைத்தார். ஸ்ரீகாந்த் நிஷ்களங்கமாய் சிரித்தான். நான் நாடகப் பாணியில் குனிந்து சமாதானம் என்றேன். அவனும் சமாதானம் என்றான். எங்களுக்கிடையே ஏழு நூற்றாண்டின் கமுகு மரம் எரிந்து முடிந்து சாம்பலானது.

சுந்தரம் சாரின் கார் திருப்பத்தில் நுழைந்தது. நான் இறங்கிக்கொண்டேன். ஸ்ரீயும் இறங்கி வந்து என்னைக் கட்டிக் கொண்டு விடை தந்தான்.

அன்றிரவு ஸ்ரீ அழைத்தான். நாலைந்து நாட்களாய் மொட்டமாடியில் படுத்து நள்ளிரவு வரை கதைகள் பேசிப்பழகி தூக்கம் போய்விட்டது. உடலும் மனமும் பழக்கத்துக்கு வசப்பட்டுவிடும் மாடுகள். நீலகேசி அம்மனைப் பற்றியும் அவன் ஈடுபட்டிருக்கும் ஜ்வாலாமாலினி ஆய்வுப் பற்றியும் சொல்லிக்கொண்டிருந்தான். வரும் வாரம் சரவணபெலகுலாவுக்குச் செல்கிறானாம். அங்குள்ள ஒரு சிலைக்கும் இங்கு கோவை அருகிலுள்ள ஒரு கோயில் கல்வெட்டுக்கும் உள்ள தொடர்புதான் ஆய்வின் மையமாம்.

நள்ளிரவுவரைப் பேசிவிட்டுப் போனை வைக்கையில் நான் சமாதானம் என்றேன். பதிலுக்கு அவனும் சமாதானம் என்று சிரித்தான்.

சிறுமழை

எப்போதும்போல் பறம்பு குளத்தின் கரையில் உட்கார்ந்திருக்கிறேன். அசாதாரணமாய் நானின்று தனிமையிலோ துயரிலோ இல்லை. இந்தப் பத்து நாட்களில் நான் அம்மையை நெருங்கிக்கொண்டிருந்தேன். காண்பதிலும் கேட்பதிலும் உணர முடியா அம்மை அவள். எந்த ஆய்விலும் வெளிப்படுத்த முடியா பெரும் ஸ்வரூபம் அவள். சிவந்த செம்பருத்தியைக் கொதிக்க வைத்த சாறிலிருந்து பிரியும் நீலக்கருமை அவள். இருண்ட பேரண்ட பெருவெளியின் கருமை. ஆதி இன்மையின் கருமை. அம்மே சரணம் என உள்ளுக்குள் சொல்லிக்கொண்டிருந்தேன். எனது வாயிலிருந்து இதுநாள்வரையிலும் எந்தத் தெய்வத்தின் பெயர்களும் உதிர்ந்ததில்லை. மடத்தின் பிரார்த்தனை நேரங்களில் கூட எல்லோரும் நலமாயிருக்க வெறுமனே நினைத்துக்கொள்வேன். கூட்டுப்பிரார்த்தனைகளில் அதிகமும் அமைதியாகத் தியானிப்பது அவ்வளவுதான். தனியே கடவுள் என ஒன்றில்லை என்பதே என் நம்பிக்கை. கொப்பைத் தவறவிட்ட குரங்காக நான் என் குழுவிலிருந்து தனியே பிரிந்து வந்த சின்ன வயதில் நினைத்ததுண்டு. சூழலும் அவ்வாறே எனை வளர்த்தது. கைப்பற்றிக்கொள்ள எந்தத் தெய்வமும் இல்லை. எனது பண்பாடு என்னவென்பதை அறியும் முன்னே வேறொரு சூழலின் ஒழுங்குக்குள் என்னை அழுத்திவிட்டார்கள். வளர்பருவத்தின் அதீத ஒழுங்குகள் சிலரை எதிர்மறைக்குத் தள்ளிவிடும். எனக்கு அந்த அதிர்ஷ்டமும் இல்லை. நான் சுருதி சேர்க்கப்பட்ட

இசைக்கருவியைப் போலவே பழக்கப்படுத்தப்பட்டிருந்தேன். சுயமான இசையை நான் இசைக்கத் தொடங்கியபோது அதிகாரங்கள் ஏதும் எனக்கு வழங்கப்பட்டிருக்கவில்லை. குரலில் வலுவின்றி அதிகாரம் கிடைத்தால் கூட அதனால் பயனில்லை. வாழ்நாள் முழுக்கக் கீழ் ஸ்தாயியில் முனங்குவதுபோல், யாசிப்பதுபோல், பிரார்த்திப்பதுபோல் பேசிப் பேசி எனக்கென ஒரு குரல் இல்லாத வெறுமை தொத்திக்கொண்டது. இந்தப் பத்து நாட்களில் என்னோடு சேர்ந்து பேசும் ஒரு குரலைக் கண்டுகொண்டேன். என் குரலுக்குப் பலம் சேர்க்கும் ஒரு குரல். எனெக்கென ஒரு தெய்வம் இல்லாத வெறுமையைத் தீர்க்க வந்த ஒரு குரல். நான் வெறுமனே வாயசைக்க எனக்காகப் பேசும் குரல்.

வளர்ந்த சூழல் என்னை மரபின் சடங்குகளிலிருந்து அன்னியப் படுத்தியிருந்தது. ஓர் அயல்நாட்டு மனிதன் இங்குள்ள சடங்குகளை எப்படி வேடிக்கையாய்ப் பார்ப்பானோ அதே அளவு ஆர்வமாய்ப் பார்த்துக்கொண்டிருப்பேன். என்னால் எந்தவொரு பெருமரபுக்குள்ளோ சிறுமரபுக்குளோ என்னைப் பொருத்திக்கொள்ள முடிந்ததில்லை. மொழியடையாளம் கூட குறுகிய ஒன்றாகவே எண்ணம் கொண்டிருந்தேன். அப்படி நிச்சயம் ஓர் அடையாளம் வேண்டும் என்பதே வன்முறையாக, குறுவாதமாக உலகப் பொது மனிதனாக என்னை அடையாளம் காண்பதற்கு எதிரானதாகப் புரிந்துகொண்டிருந்தேன். ஆனால், அகிலமயம் சுற்றிச் சுழன்றடித்து எல்லாச் சிறு கதையாடல்களையும் அழித்துக்கொண்டிருந்தது. உள்ளூரில் மையமரபுகள் அதே பணியைச் செய்துகொண்டிருக்கிறது. காப்பிய மரபுகளோடும் என்னைப் பொருத்த முடியவில்லை. நான் பண்பாட்டு அந்நியமாதலின் தகன பலியானேன். என் சரீரம் என்னுடையதாயில்லை. என் யோசனை சீலம் என்னுடையதாயில்லை.

நான் நம்பிக்கைகளின் பேரில் பெரிதாய் அக்கறை கொண்டதில்லை. எனக்கு அந்தந்த நேரத்துச் செயல்களே வழித்துணைகள். செயல்களின் முடிவுகள் குறித்தும் நிகழ்பார்ப்புகள் கொள்வதில்லை. பிடிப்பின்றி நடத்தல் போல் தோன்றினாலும் இடுப்புக் கயிறாய் ஏதோவொன்று என்னோடு இருந்திருக்கிறது. அதை ஸ்தூலமாய் உணர்ந்ததோ அதன் சூக்கும இருப்பைக் கவனிக்கவோ இல்லை. என் எல்லா அசைவுகளிலும் அலைவுகளிலும் எனைக் காத்து கண்ணுக்குத் தெரியாத ஒளியாக எனை வழிநடத்தும் அந்த உயிர்ப்பை ஒரு குரலாய் நான் தரிசித்தது இந்தப் பத்து

நாட்களில்தான். முதல் நாள் உலகம் அடங்கியிருந்த நிசிப் பொழுதில் அது எனை அழைத்தது.

பெருவனம்... பச்சையும் நீலமும் மஞ்சளும் சிவப்பும் பூத்துக் குலுங்கும் வனம். நான் மானின் துள்ளலோடு குதித்துக் கூத்தாடி இலக்கின்றித் திரிகிறேன். பூக்களின் நறுமணம், ஓடைகளின் நீர்ச்சலனம், பறவைகளின் அலகொலிகள், வண்டுகளின் ரீங்காரங்கள், இலைகளின் குளுமை, சருகுகளின் நொறுங்குமோசை ஒவ்வொன்றையும் துல்லியமாய் அனுபவிக்கிறேன். என் சிடுக்குகளிலிருந்து விடுபட்டுத் தாவிப்பாய்ந்து காடளக்கிறேன். எடை குறைந்து உடலும் உள்ளமும் மிதக்கிறது. நீண்ட நாள் தியானத்தின் விளைவாய்க் கிட்டும் பூரண அமைதி என்னில் நிறைகிறது. குரல் என்னை எங்கோ ஆழ்வனத்துக்குள் அழைத்துப் போகிறது. அங்கு நீல ஒளி நிறைந்திருக்கிறது...

நீல வெளிச்சம்... நீலமென்றால் பொன் நீலம் அல்ல... பொன் உலோகத் தன்மை கொண்டது... இது அதுபோலல்ல... ஒரு மினுக்கம்... தங்கத்தைப் போல் இறுகிய திடத்தன்மையில்லை... ஒழுகி நெகிழ்ந்து படரும் நீலம்... பட்டு நீலம்... அதேதான் பட்டு நீலம்... கண் முழுதும் நிறைத்துத் ததும்பும் நீலொளி... கடலா? வானா? எங்கிருக்கிறேன்... நான்...?

அவ்வப்போது இந்த நீலக்கடலில் நான் முழுகி எழுவதுண்டு. ஆனால் வழிநடத்த யாரும் இல்லை. இன்று என்னை அந்த அடர்த்திக்குள் இழுத்துப் போனது எங்கள் தொடக்கத்தின் ஒலி. ஆதிக்குரல். முதலில் இருளின் நடுவே புள்ளி புள்ளியாய்த் தூவியிருந்த நீலம் ஒட்டுமொத்தமும் நீலமாய் மாறிய கணத்தில்தான் குரல் காத்திருந்ததுபோல் பேசியது. நான் அதைக் கேட்டுக்கொண்டே உடன் நடந்தேன். கொடிகள் என்னைச் சுற்றிப் படர்ந்தபோதும் என்னால் விலக்கி நடக்க முடிந்தது. காடு அடர்த்தியாகிக்கொண்டே போனது. கொடும் விலங்குகளின் பார்வை படாத பாதையிலேயே நான் பதுங்கியும் பாய்ந்தும் சென்றேன். குரல் எனை வழிநடத்தியது. தூரத்தில் பெரும் பள்ளம் அதிலிருந்துதான் இந்த நீல வெளிச்சம் பரவுகிறது என்பதைக் காண முடிந்தது. அது என்னை அந்தப் பள்ளத்துக்குள் இறங்கப் பணித்தது. அதன் பிறகு நீண்ட மௌனம். பள்ளத்துக்குள் பாம்புப் பிணையலாய் வேர்கள். உயிரோடு ஒன்றையொன்று தழுவியபடி நடனம்போலும் பிணையல். பாம்புகள் உயிருள்ள வேர்கள். வேர்கள் உயிரற்ற பாம்புகள். இங்கோ உயிருள்ள வேர்கள். நீலப்பாம்புகளின்

பக்தர்கள் சூழ வாத்தியங்கள் முழங்க அம்மையை ஊர்வலமாகக் கொண்டுசெல்வார்கள். அம்மாவி திட்டை அடைந்ததும் மாமன் மாமி மீது தேவிக்குக் கோபம் உண்டாகும், மது பூஜை செய்து கோபம் தணிப்பார்கள். பின்னர் வயல் வழியாகப் பறம்புக்குத் தேவி ஊர்வலம் செல்லும். தேவி பறம்புக்குச் சென்றதும் மூன்றுமுறை புரையை வலம் வந்தபின் உள்ளே அமர்த்துவார்கள்.

அம்மன் இருக்கும் பந்தலிலிருந்து முடி எடுத்து ஆடிக்கொண்டு வெள்ளிப்பிள்ளை இருக்கும் இடத்துக்குப் போவதும். மாமன் பாதுகாப்பில் இருக்கும் வெள்ளிப்பிள்ளையை எடுக்க முடியாமல் திரும்பிச் செல்வதும் பத்து நாட்களும் தினசரி பூஜைகளோடு நடக்கும் அற்புத நிகழ்வுகள். இதனூடே வெடி வழிபாடும் பிற நேர்ச்சைகளும் நடைபெறும். இந்தக் களேபரங்களுக்கு நடுவில் சாராயப் படையலும், நெய் வேத்தியமும், மாது காணிக்குத் தனி பூஜையும் நடக்கும்.

கோயில் கமிட்டி பாலச்சந்திரன் அண்ணன் என்னைப் பார்த்ததும் கையைத் தூக்கி வணக்கம் வைத்தார். சகாவு ராமச்சந்திரனின் மகன். நெற்றியில் மதச் சின்னங்கள் அணிய மாட்டார். அவர் கோயில் கமிட்டியில் இருப்பதற்கு எதிர்ப்பு உண்டு. என்னோடு இளங்கலை பயின்ற நண்பன் ஸ்ரீஜித்தும் அவரோடு நின்றுகொண்டிருந்தான்.

பரஸ்பர நல விசாரிப்புகளுக்குப் பிறகு நாட்டார் பெண் தெய்வங்கள் குறித்த ஒரு நல்கைக்கான என் கள ஆய்வைச் சொன்னேன். முதல் கேள்வியாய் அம்மையிறக்கக் கொடைவிழாவின் முன்னேற்பாடுகளைக் கேட்டேன்.

நான் கற்றுக்கொண்ட சில கோட்பாடுகளை இந்த நிகழ்வுகளில் பொருத்திப் பார்க்க நினைத்திருந்தேன். நாடகம், புனைவு இவற்றில் களம் மிகுந்த முக்கியத்துவம் வாய்ந்தது. களத்தில்தான் கதாபாத்திரங்களும் புனைவும் நிகழும். கதையின் நிரல் வரிசைக்கிரமப்படி நடப்பதற்குக் களம் தயாராகவும் தயாரிப்புகளோடும் இருந்தாக வேண்டும். பத்து நாள் திருவிழாவின் சடங்குகள் ஒவ்வொன்றிற்கும் களம் தயார் நிலையில் இருக்க வேண்டும். மக்கள் நம்பிக்கைகளோடு தொடர்புடையதால் எந்தச் சடங்குகளுக்கும் தடங்கல்கள் வந்துவிடக் கூடாது. தொன்மைச் சடங்குகளுக்கும் புனைவே அடிப்படை. ஆக, களம் என் முதல் கேள்வியாய் ஆனது.

பாலச்சந்திரன் அண்ணன் என்னோடு சிநேகம் பாராட்டுபவர். மதிப்பும் கொண்டவர். வெளியூர் காரியங்களுக்கு என்னிடம் அபிப்பிராயமோ உதவியோ கேட்கத் தயங்காதவர். சொல்லத் தொடங்கினார்.

"பங்குனித் திருவிழா ஆரம்பிக்கிறதுக்கு முன்னாடி ஓணம்பள்ளி, பனங்கோடு, குறுவேலி, பெருங்கோடு, பெரும்மானி தரவாடுகள்ல உள்ளவங்களும் அவங்களோட மற்ற சொந்தங்களும் பனங்கோடு தரவாடுக்கு வந்து தங்கி கோட்டூர்கோணம் ஜோல்சியரைக் கூப்பிட்டுத் திருவிழாவுக்கான நல்ல நாள், நல்ல நேரம் எல்லாத்தையும் குறிச்சு வாங்குவாங்க. பிறகு எல்லோரும் சேர்ந்து ஒற்றுமையா ஏற்பாடுகளைச் செய்வாங்க. இப்போ அதைக் கோயில் கமிட்டி செய்யுது. சுபதினத்தில் கால் பந்தல் நாட்டி புரைகள் கட்டுறது நடக்கும். பொன் மண்டபம் போல புரை மண்டபம் என்னாக்கும் கணக்கு. அம்மனுக்குத் தனி புரை. அதுக்குப் பின்னால பூஜைப் பொருட்களை வைக்கிறதுக்குத் தனி புரை. வெள்ளிப்பிள்ளைக்கு அகலம் கூடின தனி அலங்காரப் புரை. அது சின்ன தேர் மாதிரி இருக்கும். இரண்டு புரைக்கும் நடுக்க பச்சைப் பந்தல் வேஞ்சிருக்கும். பச்சைப் பந்தல்னா பச்சை தென்னை ஓலைல வேஞ்ச பந்தல். குருத்தோலைக்குடை, குருத்தோலை அலங்காரம், வாழைக்குலை, ஈஞ்ச இலை, ஓலத்திக் கொலை, கல்வாழை, செங்கருக்கு, செந்துளுவன் வாழைக்குலை பந்தல் மேடை முழுக்கச் சிவப்புப் பட்டு அலங்காரம்.

ஏழாம் நாள் தூக்க நேர்ச்சை, ஒன்பதாம் நாள் வேரும் களையும் எடுத்தல் அல்லது கமுகு பிடுங்குதல், பத்தாம் நாள் தாரத யுத்தம். இதுக்கெல்லாம் தனித்தனி ஏற்பாடுகள் உண்டு.

தினசரி பூஜைகள், வெள்ளிக்கிழமை சிறப்பு பூஜை. அம்மன் பந்தலுக்குள்ள இறங்குறதுக்கு வடகரை மூலக்கோயில்ல இருந்து ஆடி வரும்போது மாமித்திட்டையில ஆவேசம் கொண்டு இருக்கிறதும்... சாராயம் குடுத்துக் கோவத்தைத் தணிக்கிறதும்... அம்மன் இருக்கும் பந்தலிலிருந்து முடி எடுத்து ஆடிக்கொண்டு வெள்ளிப்பிள்ளை இருக்கும் பந்தலுக்குப் போவதும்... மாமன் பாதுகாப்பில் இருக்கும் வெள்ளிப்பிள்ளையை எடுக்க முடியாமல் திரும்பிச் செல்வதும் பிரமாதமான காட்சி அனுபவமா இருக்கும். மாமனை நினைவுபடுத்துற மாதிரி அந்தப் பனங்கோட்டுக் குடும்பத்திலேயிருந்து மூத்த காரணவரைக் குறுப்பு அப்பிடின்னு சொல்லுவாங்க, அவரை கையில பிரம்போடு நிற்க வைப்பாங்க. அதுதான் சுவாரசியமானது."

“வாருங்க பேசிக்கிட்டே ஒரு சர்பத் குடிப்போம்'' பாலச்சந்திரன் அண்ணன் அழைத்தார். புஷ்பாகரன் கடையில் சர்பத்துக்கு நாரங்காய் பிழியும் நேரத்தில் நண்பன் ஸ்ரீஜித் சிரித்துக்கொண்டே சொன்னான்.

“பண்டு பாமொடஞ்ச காலத்தில பத்து வருஷத்துக்கு ஒருக்காதான் அம்மையிறக்கம் நடக்கும். அப்போ குறுப்பு வேஷம் போட்டிருக்கிற பனங்கோட்டுக் குடும்ப அம்மாவனைக் கையில பிரம்போட ஒரு சேர்ல உக்கார வச்சிருப்பாங்க. ஏற்கெனவே வயசான ஆளாத்தான் இருப்பாரு. அடுத்த பத்து வருஷம் கழிச்சு அவரு இருக்க மாட்டாரு. ரொம்ப வருஷமா இது நடந்திட்டிருக்கறதால எல்லா அம்மாவன்மாரு முகத்திலயும் ஒரு சவக்களை இருக்கும். அடுத்த திருவிழாவுக்கு நாம இருக்க மாட்டோம்னு முகத்தில ஒரு பீதி. இப்போ வருஷாவருஷம் நடக்குது. அம்மாவனுவளுக்குப் பயமில்ல. நினைச்சு பாரு, சாவு பயத்தோட பத்து நாள் ஒரு சடங்குல கலந்துக்குறது.”

“இதையே ஒரு கதையா எழுதலாம் பாத்துக்கோ'' என்றேன் நான்.

சர்பத் முடியும் வரை பாலச்சந்திரன் அண்ணன் எதுவும் சொல்லவில்லை.

“முன்னாடி நீலகேசி அம்மையும் பாட்டியும் முங்கிச் செத்த குளத்திலேருந்து தண்ணி எடுத்து காயத்ரி தீர்த்தம்னு தெளிப்பாங்க. இப்போ அது இல்லை. அந்தக் குளத்துக்கப் பேரு காயத்ரி தீர்த்தம்னு ஆயாச்சு. நாகராஜா கோயில் மண் பிரசாதம் மாதிரி இங்க ராமிச்சம் கலந்த மஞ்சப்பொடி தனித்துவமான ஒண்ணு.''

நான் பாலச்சந்திர அண்ணனிடமும் நீலகேசியின் வேறு வடிவத்தைக் கேட்டறிய விரும்பினேன்.

பாலச்சந்திரன் அண்ணன் கதையிலும் நிறைய வித்தியாசங்கள் இருந்தன.

ஒரேயொரு சிறு மாற்று வடிவத்தைப் பதிவு செய்வதற்காக அஸாம் மலை கிராமத்தில் கழுதை பயணம் செய்து மூன்று நாள் பட்டினி கிடந்து சேகரித்த கதையை ஸ்டீபன் சார் சொல்லியிருந்தார். நான் இதை எப்போதும் மனத்தில் இருந்திக்கொள்வதால் கள ஆய்வில் சலிக்காமல் ஒரே கதைகளைத் எத்தனை முறையானாலும் திரும்பக் கேட்பேன். ஏதோவொரு சிறு மாற்றம் எல்லாக் கதைகளிலும் இருக்கும். பாலச்சந்திரன் அண்ணன் கதையில் மாமி என்னும் கதாபாத்திரமே இல்லை. அதற்குப் பதில் மாற்றாந்தாய். நீலகேசியோட

அப்பா பனங்கோடு காரணவர் மாட்டு வியாபாரம் செய்திட்டிருந்தாரு. தினமும் வியாபாரத்துக்குப் போகும்போது நீலகேசியை நல்ல சகுனத்துக்காக எதிர்ல வரச் சொல்லுவாராம். நீலகேசி எதுப்பு வர்ற நாளில யாவாரம் நல்லா நடக்குமாம். அதைப்போல அவ கையால் சாட்டைக் கம்பை வாங்கி சந்தைக்குப் போனா அன்னிக்கு நல்ல லாபம் கிடைக்கும்னு ஒரு நம்பிக்கை. அம்மாவை வீட்டைவிட்டுத் துரத்தி விட்டாச்சு. ஆனா பொண்ணு இன்னும் ராணி மாதிரி இருக்கா. இவளையும் துரத்தணும்னா அப்பாவுக்க மனசில வெறுப்ப உருவாக்கணும்னு மாற்றாந்தாய் திட்டம் போடுறா. அப்படித்தான் திட்டம்போட்டுக் காணிக்குடிக்குத் தீக்கங்கு வாங்கி வர அனுப்பறா. அந்தக் காலகட்டத்தில நாயர்கள் கிட்டேயிருந்து காணிக்காரர்கள் அறுபத்துநாலு அடி தள்ளி நிக்கணும். ஆனா, அவங்க தோட்டம் துரவுகளில வேலை செய்ய காணிக்காரர்களுக்குக் குடில்கள் மாதிரி குச்சிலு வீடு கட்டிக் கொடுத்திருப்பாங்க. நீலகேசி பக்கத்துப் பாண்டிக்காரக் காணிக்குடிலுக்குப் போய் கங்கு வாங்கப் போறா. வாங்கிட்டு வாற வழியில நல்ல காத்தடிக்குது. காத்துக்குக் கங்கு தீப்பிடிச்சுக் கையைச் சுடுது. கொட்டாங்கச்சியைக் கீழே போட்டுட்டுக் கையைச் சூப்புறா நீலகேசி. அதுக்கப்புறந்தான் காணிக்குடில வாங்கித் தின்னதா சொல்லி சித்திக்காரி அப்பாகிட்ட பிரம்படி வாங்க வச்சு வீட்டைவிட்டுத் துரத்துறா. நீலகேசி சர்ப்பக்காவுல ஒளிஞ்சிருக்கும்போது ராத்திரி ஒருமணிக்குக் காணிக்கார மந்திரவாதி செய்வினை வேலை முடிஞ்சு வர்றாரு. நீலகேசியைப் பார்த்ததும் பக்கத்து நாயரின் மகள்னு புரிஞ்சுக்கிட்டு வீட்டுக்குக் கொண்டு விடுறேன்னு கூப்பிடுறார். ஆனா நீலகேசி மறுத்து அங்கப் போகமாட்டேன்னு அழுது அடம் பிடிக்கிறா. அழுதுகிட்டே 'பசிக்கிது ஏதாவது சாப்பிடக்கொடுங்க'ன்னு கேக்கிறா. 'கணியான் சமுதாயத்தோடு தீட்டு வைத்திருக்கிற நாயர் குடும்பத்துப் பெண் பசிக்கிதுன்னு கேக்குதே என்ன செய்யுறது'ன்னு யோசிச்சிட்டுச் சமைக்காத உணவைச் சாப்பிட்டா தீட்டு இல்லேன்னு, மந்திரவாதத்துக்குப் போய்ட்டுத் திரும்பும்போது கையில் இருந்த இளநீர், அவல், பொரி, பச்சரிசி, சக்கைப் பழம், வாழைப்பழம் எல்லாத்தையும் சாப்பிடக் கொடுக்கிறாரு. நீலகேசி பசியாற சாப்பிட்டுத் தூங்கிடுறா.

அப்பா இருக்கும் வீட்டுக்குப் போக மாட்டேன்னு அடம்பிடிச்சதால மறுநாள் காலையில் நீலகேசியின் தாயாருக்குத் தகவல் தரப்படுது. அம்மாவும் பாட்டியும் குழந்தையைக் கூட்டிட்டுப் போக வர்றாங்க.

நிர்ணயிக்கிறது. ஆற்றலே கடவுள் என்பது எங்கள் நம்பிக்கை என இப்போது புரிகிறது. ஆக, நான் நாங்கள் ஆகும்போது எழும் ஆற்றல் குறுக்கல்வாதமல்ல. அது பேராற்றல். ஒடுக்கப்பட்ட தன்னிலைகளுக்கு அதுவொரு கூட்டாற்றல். நான் என் துகள்களுக்குள் சேர்ந்த அந்தக் கணம் அரூபமானது. அபூர்வமானது.

நாற்பது முழக்காலம் என்றொரு காலம் எங்கள் குலத்தில் இருந்ததை எங்கள் மூதவன் சொல்லியிருந்தான். அப்போது எங்கள் மனிதர்கள் நாற்பது முழ உயரமும் நாற்பது முழ அகலமும் கொண்டு பிறந்தார்கள். காட்டைக் கட்டிக்காக்க, காட்டைச் செப்பனிட, அந்த இறுகிய மண்ணை இளகவைக்க, இருபது முழ கைகளும் கால்களும் தேவையாயிருந்தன. எங்கள் மனிதர்கள் வனத்தை வசப்படுத்தினார்கள். வனத்தை வனைய வனைய நாற்பது இருபதாகி பத்தாகி ஐந்தாகி மெல்ல முழங்கள் நின்று அடியானது. நான் வேர்த்தாயைத் தரிசித்தபோது எங்கள் மூதவனை நினைத்தேன். நாற்பதுமுழ மூப்பனை மானசீகமாய் துதித்துத் தொழுதழுதேன்.

எம் இயங்குவிசையின் ஆழத்துக்குள் மூழ்கி என்னைக் கண்டுகொண்டேன். அதன் மூல ஆற்றல் என்னை நிரப்பியிருக்கிறது. அதை என் ஒலி பிரதி செய்கிறது. இனி நான் ஒற்றையல்ல. எனக்குள் ஒரு பிரபஞ்சம் இயங்குகிறது. நானதன் இணைப்புக் கண்ணி. நானதன் நிறமி. நானதன் துகள்.

எல்லாவற்றையும் முழுமையாய் அணுகும், விலகும் எங்கள் கூட்டு உள்ளுணர்வு பூதங்களின் குணங்களையும் மொத்தமாகவே உணரும். நிலம்: ஒலி, தொடுகை, உருவம், ருசி, மணம் எனும் ஐந்து குணங்கள் கொண்டது. நீர்: ஒலி தொடுகை உருவம் ருசி எனும் நான்கு குணங்கள் கொண்டது. தீ: ஒலி தொடுகை உருவம் எனும் மூன்று குணங்கள் கொண்டது. காற்று: ஒலி தொடுகை எனும் இரண்டு குணங்கள் கொண்டது. ஆகாயம்,: ஒலி எனும் ஒரே குணம் கொண்டது. இவை பிரபஞ்ச நியதிகள். மணமுள்ள நீரை அருந்தியவன் சொல்கிறேன். நியதிகளுக்கும் மீறல்கள் உண்டு.

நான் விதிகளுக்குள்ளிருந்து விடுபட்டவன். மௌனத்தின் எல்லா வடிவுகளையும் அறிந்தவன். ஏக்கங்களின் பெட்டகமானவன். என் விடுதலையின் முழுமையைச் சமாதானங்களில் கண்டடைந்தவன். என் மூதைகள் வன்முறைகளின் பாதச்சுவடுகளில் படி ஏறாமல் இருந்த

நுண்ணறிவைப் புரிந்து வியந்தவன். வேர்களின் இணையோட்டத்தை அறிந்தவன். ஒரு சிறு பிசகு உயிரலகில் வினைபுரியும் பொசுக்கல்களை நானறிவேன்.

இசைமையின் மொத்த அனக்கங்களும் ஒன்றாக ஒரே நேரத்தில் ஒலிக்கையில் பேரண்டத்தின் துகள்களின் அதிர்வுகளுக்குள் நாமும் ஒன்றாக இருப்பதை அறிய நேரும். அளப்பெரிய இடைவெளிகளின் ஆற்றல் நம் இடைவெளிகளுக்குள் நிரம்பும்.

ஆகாயம் உண்மையில் ஒலிமயமானது. அதிர்வின் லயத்தின் ஒலி. அங்கிங்கெனாதபடி நிறைந்து வியாபித்திருக்கும் நீல இருளின் ஒலி.

வெள்ளைச் சப்தம் சிவப்புச் சத்தம் என்று நிறங்களுக்கு ஒலி உண்டா? வண்ண வெளிச்சம் என்று சொல்கையில் வரும் உணர்வு வண்ணக் குரல் என்று வரும்போது சற்றுத் திரிந்து ஒலிக்கிறதே? குரலுக்கு வண்ணங்கள் உண்டா?

மூன்று புறமிருந்தும் வரும் குரல்களை என்னால் இப்போது வேறுபடுத்திப் பார்க்க முடிகிறது. மூத்த குரல், வயதான குரல், இளமையான குரல், இடையிடையே கேட்கும் கைக்குழந்தையின் அழுகைக் குரல். மூன்று தலைமுறை ஒரே குளத்தில்... மூன்று தலைமுறை குரல்... நீலகேசி அம்மை என் பெரிய அம்மை... ஒலி என்பதும் எங்களைப் பொறுத்தவரையில் முழுமையானது. அதற்கென வாசனை உண்டு, ருசி உண்டு, தொடுகை உண்டு, காட்சியுண்டு...

நாங்கள் முழுமையாய்ப் பார்க்கிறோம். எல்லாவற்றின் பகுதியாக எங்களை உணர்கிறோம். யாரையும் பழிப்பது எங்களைப் பழிப்பது. யாரையும் தாக்குவது எங்களைத் தாக்குவது. உயிர்களெல்லாம் நாங்கள். உயிர்களிலெல்லாம் நாங்கள். கண்ணுக்குப் புலப்படாத சிறு உயிர் என்னையறியாமல் ஏதோவொருவகையில் என்னோடு பிணைந்திருப்பதை என் மூதைகள் எனக்குச் சொல்லித் தந்திருந்தார்கள். மண்ணும் நானும், நீரும் நானும், தீயும் நானும், காற்றும் நானும், ஆகாயமும் நானும் எல்லாம் ஒன்றின் பகுதிகள். முதல் மனிதனின் மக்கிய உடலை மண் புசித்து, புழு புசித்து, நுண் உயிர்கள் புசித்து, பின் வந்த மரம் புசித்து, புழுக்கள் புசித்து, பூச்சிகள் புசித்து அதைப் பறவைகள் புசித்துப் பிறகு என் மூத்தவர்கள்

புசித்து அவர்களை மண் தின்று... மண்ணை அவர்கள் தின்று... மண்ணைத் தின்று மனிதனைத் தின்று பெரும் சுழற்சி. தூர தேசத்துப் பழங்குடிப் பாடலின் வரிகள் எனக்குள்ளும் ஒலிக்கின்றன.

அதிகாலையில் என் வனத்தின் மேல் பறக்கும் ஒரு பறவையின் குரலை என் பாட்டியின் குரலாக என்னால் கேட்க முடியும். குடிலில் கோழிகளைச் செல்லமாய் வளர்க்க முடியும். புதருக்குள் புகுந்து ஓடும் கம்பங்கோழியைக் கொன்று தின்னவும் முடியும். கண்ணிவைத்துப் பிடித்த காட்டுப்பன்றி சூல் கொண்டதென்றால் கண்ணியை அறுத்துவிட்டு உயிர் தப்பி ஓட முடியும். காயம்பட்ட மான்களுக்கு மருந்து வைக்க முடியும். பஞ்ச காலத்தில் அதே மானை வேட்டையாடி என் உணவுக்காக என் மிளகிட்டு, என் உப்பிட்டு, என் நெருப்பில் வாட்டி உண்ண முடியும் என் ஆற்று நீரை அள்ளிக் குடித்து அந்த எரிப்பைத் தீர்க்க முடியும். என் காட்டுவேம்பு மரத்தினடியில் நேரங்களை மதிக்காமல் ஒய்ந்து கிறங்கி உறங்க முடியும். ஓய்வும் துடிப்புமான, காக்கவும் கொல்லவுமான ஆதி ஆற்றலின் எச்சங்கள் எங்களின் அணுக்களில் ஒட்டியிருக்கிறது. பேரண்ட விதியின் சிறு விதி.

எங்கள் அம்மைகளும் எங்களோடு ஊழிகளாய் இணைந்து வருகிறார்கள். எங்கள் கல் விளக்குகளின் தீபங்கள் அவர்கள். எங்கள் களத்தில் மின்னும் வண்ணங்கள் அவர்கள். எம் துடிப்பின் அதிர்வுகள் அவர்கள். எம் துள்ளலின் அணங்குகள் அவர்கள். எம் வட்டங்களின் ஓரங்கள் அவர்கள். எம் கரங்களின் கோர்ப்புகள் அவர்கள். எங்கள் தழைகளின் கசப்பும் அவர்கள்... தேனின் இனிப்பும் அவர்கள்.

அந்நல்லாற்றலின் துளிகள் நாங்கள். அம்மரங்களின் நற்கனிகள் நாங்கள்.

நாங்கள் எல்லாவற்றின் ஒருபகுதி. நான் எல்லாவற்றின் சிறுபகுதி.

அப்படியாக என்னோடு பேசும் எனக்காகப் பேசும் இந்தக் குரலுக்கு நீல வண்ணம். நீலக்குரல்...

செழமழை

களஆய்வு முடிந்து, நான் எனது ஆய்வுச் சுருக்க அறிக்கையைத் தயார் செய்திருந்தேன். முதல் பக்கம் இப்படித் தொடங்கியது.

இட்டகவேலி நீலகேசி அம்மன் கோயில். குமரி மாவட்டம் குலசேகரத்தின் அருகிலுள்ள இட்டகவேலி கிராமத்தில் வீற்றிருக்கிறது. வருடாந்திரத் திருவிழாவாகப் பங்குனியில் பத்து நாள் கொடைவிழா நடக்கிறது. எழுநூறு வருடப் பழைமையும் விசேஷமும் கொண்ட விழா. தூக்க வில் நேர்ச்சை அதன் சிறப்பம்சம். தூக்க நேர்ச்சை நடக்கும் மூன்று முடிப்புரைகளில் ஒன்று இட்டகவேலி. கொல்லங்கோடு, வெள்ளாயினி கோயில்கள் மற்றையவை. மூன்றுமே தேவிகளோடு தொடர்புடையவை.

நான் எழுதியிருந்த அறிமுகம் எனக்கே பிடிக்கவில்லை. ஒரு படைப்பூக்கமும் இல்லாத வெறும் தகவல்களான வறட்டுக் கல்விப்புல மொழி. நீலகேசி அம்மனின் கதையின் உயிர்ப்பு இதில் இல்லை. அதைவிட நான் கழித்த பத்துநாட்களின் ஒட்டுதல் இதில் இல்லை. இந்த ஆய்வைப் புனைவாக மாற்ற முடிவுசெய்து மடிக்கணினியில் புது கோப்பொன்றைத் திறந்ததும் கணினி சேமிக்கப் பெயர் கேட்டது. தட்டச்சு செய்தேன்.

'நீலகேசி'

நடனம். உயிர் வேர்களின் பேரன்பை அன்றுதான் நேரில் கண்டேன். ஒன்றையொன்று இறுகத் தழுவி, விட்டு விலகாத இறுக்கம்.

அந்தப் பள்ளத்துக்குள் ஓர் ஆளுயர பாதை. நான் அதற்குள் நுழைந்தேன். வேர்களின் ராஜ்ஜியம். மீப்பெரும் ஆணிவேர்கள், அதன் சல்லிவேர்கள், சல்லியிலும் நுண்ணிய வேர்கள், நுண்ணியதில் மெல்லிய வேர்கள். வேர்களின் உலகம். எங்கும் பட்டு நீலம் மினுக்கமாய்... துல்லியமாய்... வேர்களின் நடன ஓசை மேலே பிரபஞ்ச வெளியின் கோள்களின் ஓசையை ஒத்திருக்கும் எனத் தோன்றியது. அண்டவெளியைப் போலொரு உலகம் வெகு ஆழத்தில் சஞ்சாரம் கொண்டிருக்கிறது. அண்டவெளியைப் போலொரு லயம். நான் என் குரலை அந்த ஆழத்தில் கண்டுகொண்டேன். லயமற்ற லயம். ஒழுங்கற்ற ஒழுங்கு. வேர்களின் அசைவு அப்படித்தானிருந்தது. ஆனாலும் என்னால் அதனோடு தொடர்புற முடிந்தது. 'அது ஆதியோசையின் அதியசைவின் பிணைப்பு' என்றது குரல். நான் என் மூலகங்களோடு கலந்தேன். என்னையறியாமல் அதன் மணம் என்னோடு ஒட்டிக்கொண்டது. வேர்களின் வாசம். தொடர்ந்து அந்தக் குகையில் நடந்துகொண்டேயிருந்தேன். காலம் அங்கு வெளியோடு சார்பற்று மிதக்கும் அலைத்துகள் வஸ்துவாக உருமாறியிருந்ததால் என்னால் தூரத்தை அவதானிக்க முடியவில்லை. நான் சூழ்ம வடிவில் அந்தக் குகையில் பயணித்து அதன் மையத்தை அடைந்தேன். தூரம் தொலைவு என்பதும் எதனோடும் ஒப்பிட முடியாததால் என்னால் மையம் என்பதையும் குறிப்பாகச் சொல்ல முடியவில்லை கண்ணுக்கெட்டிய வரை அந்த மையத்தைச் சுற்றி வேர்கள் பரவிக்கொண்டேயிருந்தன. ஒரு மையம் மட்டும் அங்கிருப்பதாகத் தெரியவில்லை. 'மண்ணின் மேற்பரப்பில் நடக்கும் எல்லாக் காரியங்களுக்கும் மூல அதிர்வு இங்கிருந்துதான் தொடங்குகிறது' என்றது குரல். அது ஆதி வேர். வேர்த்தாய். கிடைமட்டத்தில் எல்லாவற்றோடும் தலைகீழாய் ஓங்கி வளர்ந்திருக்கும் இருள் வெளிச்சம். நீர்மையின் ஓட்டமும் நயநயப்பும் கொண்ட வெளிச்சம். அந்த வெளிச்சம் பின்தொடர பள்ளத்திலிருந்து மேலேறி வந்தேன்..

அத்தனை சிக்கலான முடிச்சுகள் பின்னிப்பிணைந்திருந்தாலும் என்னால் எளிதில் மேலேற முடிந்தது. அங்கு கண்ணுக்குத் தெரியாத தாள லயம் இசைத்துக்கொண்டிருந்தது. கோடிக்கணக்கான அசைவுகளை ஒத்திசைக்க வைத்துக்கொண்டிருந்தது. அந்தத் தாளத்தை நான் எங்கோ ஆழத்தில் அனுபவித்திருக்கிறேன். கூட்டுப் பாடல்களில் கூட்டு நடனங்களில்

உருவாகும் லயம். என் மக்களின் லயம். எங்கும் பிணைப்பு, அன்பு. ஒதுக்கித்தள்ளும் வெறுப்புச் சற்றும் இல்லாத பூரண அன்பின் ஓசையை நான் கேட்டேன். வருடத்துக்கு ஒருமுறை நானும் அப்பனும் அம்மையும் முத்துக்குளி வயலில் எங்கள் அம்மச்சனின் வீட்டுக்குச் செல்லும்போது கேட்கும் தும்பிப்பாட்டின் இசைமை. உலகெல்லாம் இயங்க வைக்கும் இயக்கத்தின் ஒருமை. பெருங்கருணையின் ஒத்ததிர்வு.

மேற்பரப்புக்கு வந்ததும் என் குரல் மாறியிருப்பதை உணர்ந்தேன். சிறிய ஒலிகளை எழுப்பிப் பரிசோதித்தேன். தனியே ஒலித்த என் குரலில் இப்போது கூட்டுக்குரலாகத் தொனிக்கிறது. இதுவே என் நிஜக்குரல். இத்தனை நாள் நான் அறியாத என் குரல்.

ஆற்றல். உலகை ஆள்வது ஆற்றல்களே. அனைத்து ஆற்றல்களும் நல்லவையா? கெட்ட ஆற்றல்கள் உண்டா? பூமி எதிர் எதிர் பண்பு கொண்டதுதானே? ஆற்றல்களில் எவை யாருக்கு நல்லவை? எவை யாருக்குக் கெட்டவை என்பதை உணர்வதே இயற்கையறிவு. சிலருக்கு நல்லவற்றை அளிக்கும் ஆற்றல் சிலருக்குத் தீயவற்றை அளிக்கலாம். உயிர்களின் அலைவரிசையோடும் அதன் இயங்குதளத்தோடும் தொடர்பு கொண்டவையவை. மீன் தணுத்த பரப்பில் தரித்திருப்பது அதன் உயிரலையின் நீட்சி. அதை வேறெங்கோ தடமாற்றினால் அதன் உள்ளார்ந்த ஆற்றல் அழியும். இதுவும் பிரபஞ்ச விதி. ஓர் எறும்புக் கூட்டத்திலிருந்து ஒன்றை வலுக்கட்டாயமாகப் பிரித்தெடுத்துவிட்டால் அதன் வலிமை குறைவதோடு கூட்டத்தின் ஆற்றலும் குறைகிறது என்கிறது உயிர் அறிவு. இயக்கம் அப்படித்தான். உள்ளும் புறமும் ஒன்றியும் தனித்தும் இயங்கிக்கொண்டிருக்கும் அதன் இரகசிய விதிகள் நுட்பமானவை. இரும்பும் பஞ்சும் ஒரே பிரபஞ்ச ஆற்றல்கள்தாம். ஆனால், அதன் வீதங்களும் நீதங்களும் வெவ்வேறானவை. பஞ்சில் பருத்திப் பஞ்சும் இலவம் பஞ்சும் வேறானவை. அப்படியே மனிதர்களும். இது பிரிதல் அல்ல. இயற்கையின் சேர்மானத்தைப் பற்றிய புரிதல். சந்தர்ப்பங்கள் ஆற்றல் குறைந்த துகள்களைப் பிரித்து மேலும் வலுவைக் குறைக்கின்றன. துகள்கள் ஒன்றிணையவும் ஓர் ஆற்றல் தேவைப்படுகிறது.

ஆற்றல் குறைந்த ஒரு கணத்தில் மூலத்துகள் சுழலத் தொடங்கி பிரிந்து வேறாகப் பலவாகிப் பல்கிப் பெருகி பேரண்டம் பிறந்தது. துகள்களால் ஆனதால் பிரபஞ்சம் ஆற்றலால் ஆனது. ஆற்றலே ஒவ்வொன்றையும்

பி ன் னு ரை

உணவுக் கொலைகள்

தமிழ் நிலத்தில் கொலையுண்ட தெய்வங்கள் பெரும்பாலும் சாதி மீறியதால், குல வழக்கங்களை மீறியதால் கொலையுண்டதாகவே பெரும்பாலான ஆய்வுகள் முன்வைக்கின்றன. குலைவாழை இசக்கி போல் உணவுக்காகக் கொல்லப்பட்ட தெய்வங்கள் இங்கு பல உண்டு. இதன் வேர்களும் தொன்மங்களும் உலகளாவியவை. எகிப்தின் கதைகளிலிருந்து பாப்பானுக்கு மூத்தவன் பறையன் கதைவரை அவை தொடர்ச்சி கொண்டவை. நீலகேசி அம்மன் தொன்மக்கதை இதிலொரு வடிவம்.

பொதுவாக ஆய்வுத் தலைப்புகளைப் புனைவாக எழுதிப் பார்க்கும் எழுத்துப் பித்தில் ஆய்வுக்குரிய இந்தக் குறிப்புகளைப் புனைவாக எழுத முனைந்தேன். சில கதாபாத்திரங்களும் இயல்பாகக் கூட ஒட்டிக்கொண்டனர். நீட்டி முழக்கி எழுதாமல் என் வழமையான குறுவடிவத்தில் தரவுகளைப் புனைவாக்கிக்கொண்டேன்.

'CASTICIDE' என நான் முன்வைக்கும் சாதிக்கொலைகளில், ஆணவக் கொலைகள் எனப் பரவலாக அறியப்படும் சாதி மீறிய காதல்களின் பொருட்டு செய்யப்பட்ட கொலைகள் மட்டுமே கணக்கில் கொள்ளப்படுகின்றன. முத்துப்பட்டன், மதுரைவீரனிலிருந்து சமகாலம் வரை ஆணவக்கொலை என அறியப்படுவது காதல், திருமண மீறல் கொலைகளே. பசியின் பொருட்டு உணவைக் கேட்காமல் தின்றதற்காகக் கொல்லப்பட்டவர்கள், விருப்பப்பட்ட உணவைத் தின்றதற்காகக் கொல்லப்பட்ட கதைகள், உண்ணக்கூடாத உணவைத் தின்றதற்காக உண்ணக்கூடாமை 'UNEATABILITY' கடைபிடிக்கப்பட்டு அதன் பொருட்டு கொல்லப்பட்ட தலித், பழங்குடி மக்கள் ஏராளம். சமகாலத்தில் கேரளத்தில் அரிசி திருடியதாக அடித்தே கொல்லப்பட்ட பழங்குடி இனத்தைச் சார்ந்த மது ஓர் உதாரணம். இட்டகவேலி அம்மன் கதையும் உண்ணக்கூடாமையால் கொலைக்குக் கொடுக்கப்பட்ட சிறு பெண்ணின் கதை.

பௌத்தம் ஆர்ய சத்தியங்கள் என நான்கை முன்வைக்கிறது. 1) துக்க சத்தியம் 2) துக்க காரணம் 3) துக்க நிவாரணம் 4) துக்க மார்க்கம். இந்தியச் சூழலில் துக்கம் என்பதற்குப் பதிலாகச் சாதி எனப் பதிலீடு செய்தால் சாதி என்பது உண்மை, சாதிக்குக் காரணம் உண்டு, அதற்கு நிவாரணம் உண்டு, அதற்கான மார்க்கங்கள் உண்டு என வாசிக்கலாம். பல்வேறு தரப்புகள் பல்வேறு வழிமுறைகள் மூலம் சாதியிலிருந்து வெளியேற அல்லது அதன் சிக்கல்களிலிருந்து தப்பிக்க நிவாரண உத்திகள், மார்க்கங்களை முயற்சித்திருக்கிறார்கள் எனினும் பெரும்பாலான தருணங்களில் சாதியின் இருப்பையும் அதன் காரணங்களைப் பற்றி மட்டுமே பேசியும் எழுதியும் வந்திருக்கிறோம். இறுதி இரண்டு உண்மைகளான நிவாரணமும் மார்க்கமும் குறைவாகவே அணுகப்பட்டிருக்கின்றன. நிவாரண வழிமுறைகளில் ஒன்றான இணக்கத்தை இந்தப் புனைவு முன்வைக்கிறது எனக் கொள்ளலாம்.

எழுத்தென்பது ஒருவகையில் திரும்ப எழுதுவதுதான். சிலப்பதிகாரம் சிறு சிறு நாட்டார் கதைகளைச் சேகரித்துத் திரும்ப எழுதியது. ராமாயணமும் பாரதமும் முழுக்க நாடெங்கும் சிதறிக் கிடந்த குறுங்கதைகளின் தொகுப்பு. நவீனத்துக்குப் பிறகான நாவல்கள் பல்குரல் தன்மையையும் குறுங்கதையாடல்களையும் முன்வைத்தது கூட இந்த மரபின் இத்தொடர்ச்சியே, 'பழையன புகுதல்'.

பிரதான முரண்கள் இல்லாத ஒரு நீள்கதையை எழுதுவது சவாலானது. நல்லது கெட்டது என்கிற எதிர்மறை முரண்கள் பயிலாத கீழைத்தேய தத்துவங்களின் அடிப்படையில் ரெட்டை எதிர்வுகளைத் தவிர்த்த இரண்டுக்கும் இடையிலான சாத்தியங்களைச் சொல்லும் பௌத்தத் தன்மையைத் தன்னகத்தே கொண்ட புனைவிது. ஒருவகையில் இது ஆவணப் புனைவாக்கம் என்றாலும், சொல்லப்படும் கதைகளின் சுவாரசியங்கள் தகவல் தன்மையை ஓரளவு குறைக்கின்றன.

தெரிந்த கதைகள், திரட்டிய தகவல்கள் எல்லாம் சொல்ல நீள்கதைக்கு ஒரு வடிவ ஒழுங்கு தேவைப்பட்டது. அதாவது எனக்கொரு கோட்பாட்டுப் பின்னூக்கம் தேவைப்பட்டது. *HIERONYMUS BOSCH*இன் ஓவியங்கள் அதை வழங்கியது. அவருடைய மகிழ்ச்சியின் தோட்டம் *(GARDEN OF DELIGHT)* ஓவியத்தில் பெரிய சட்டகத்தில் ஒரு பக்கம் உலகத் தோற்றம், ஏதேன் தோட்டம், அதன் வெளிச்சம், வண்ணம்; மறுபக்கம் அழிவும் இருளுமாக நரகம். ஒரே ஓவியத்தில் பல்வேறு கதைகள் சட்டகம் சட்டகமாக *(PANELS)* வரையப்பட்டிருந்தது. புபன் கக்கர் ஓவியத்திலும் இந்த வெவ்வேறு அடுக்குகளைக் கண்ட ஞாபகம். பழைய பெர்சிய நுண்ணோவியங்களும் இதைச் செய்திருக்கின்றன. நான் இவற்றை இந்த நீள்கதைக்கான வடிவத்திற்குப் பயன்படுத்திக்கொண்டேன்.

வியென்னாவின் *SCATTERED CARDS THEORY* சொல்லும் சிதறடிக்கப்பட்ட சீட்டுக்கட்டுகளின் அழகியல் இதில் இயல்பாக ஊடாடி ஒற்றை மைய முரணை நோக்கிக் குவியாமல் பல்வேறு கதைகளின் முரண்களாகச் சிதறடிக்கப்பட்டிருக்கிறது.

மேலும் வடிவ அமைப்பில் சொல்வதாக இருந்தால்... ஐஞ்சிறு காப்பியங்களில் ஒன்றான 'நீலகேசி' தமிழில் முதன்முதலில் தோன்றிய சமணத் தத்துவத் தருக்க நூல். கடவுள் வாழ்த்தோடு சேர்த்துப் பதினோரு சருக்கங்கள் அமைந்த நூல். இந்த 'நீலகேசி' நாட்டார் வழக்காற்றியல் தருக்க நூல். இதைப் பதினோரு பகுப்பாக வரித்துக்கொண்டது திட்டமிட்டது. நீலகேசியைத் திரட்டு நூலென்றும் சொல்வர். தகவல்களை, கதைகளைத் திரட்டி எழுதப்பட்டதால் இதுவும் திரட்டு நூலே.

நீலகேசி கதைகளின் நிலத்திலேயே வாழ்பவள். அந்த நிலத்தின் கதைநாயகி அவள். அவளுக்கெனத் தனியே புனைவின் அசாத்தியங்கள்

தேவைப்படவில்லை. முன்னொட்டாகவும் பின்னொட்டாகவும் கதைசொல்லியின் மனவோட்டங்கள் மட்டுமே புனைவின் மொழியில் வனையப்பட்டவை. இந்த நீலகேசியை வாசிக்கையில் கதைகள், அரசியல், வடிவாக்கம், தொழிற்நுட்பம் எல்லாவற்றையும் தாண்டிப் பத்து நாட்கள் நகரத்திலிருந்து ஊர்க் கோயில் கொடைக்கு வந்து தங்கிச் செல்லும் அனுபவத்தை மட்டுமேனும் வாசிப்பவருக்குத் தரும் என்றே நம்புகிறேன்.

இந்நீள்கதைப் புத்தகத்தை அன்பு அண்ணன் ஜெயமோகனுக்குச் சமர்ப்பிப்பதில் மகிழ்ச்சி. ஒருவகையில் என்னை மீண்டும் புனைவுகள் பக்கம் திருப்பியதும் உற்சாகமாய் எழுத வைத்ததும் அவர்தான். கூடுதலாக இட்டகவேலி நீலகேசி அம்மன் அவரது குலதெய்வமும் கூட. எப்போதும் உடனிருக்கும் ஜெ.பி, பத்து; அக்கா, மாமா விஜயராணி செல்வகுமார், நண்பர்கள், எனதான செல்வங்கள் எழிலுக்கும், நந்தன்களுக்கும் எல்லோருக்கும் அன்பின் ஈடுகள்.

நீலம் நண்பர்களுக்கு என் தழுவல்கள்.

வெறும் இருபது கிலோமீட்டர் தொலைவில் இருக்கும் இட்டகவேலி அம்மன் கோயிலுக்கு இதுவரை சென்றதில்லை. இந்தப் புத்தகம் வெளியானதும் போக வேண்டும். ஒரு பிரதியை நீலகேசி அம்மையின் முன் வைக்க வேண்டும். கூடக் கொஞ்சம் அவலும் பழமும்...

அன்போடு
சிவசங்கர்.எஸ்.ஜே

> *To seek freedom is the only driving force I know. Freedom to fly off into that infinity out there. Freedom to dissolve; to lift off; to be like the flame of a candle, which, in spite of being up against the light of a billion stars, remains intact, because it never pretended to be more than what it is: a mere candle.*
>
> *– Carlos Castaneda*